Mafundisho ya Utajiri

Shannel S Silwimba

Published by Shannel Steven Silwimba, 2023.

MAFUNDISHO YA UTAJIRI

First edition. March 28, 2023.

ISBN: 979-8215870099

Written by Shannel S Silwimba.

Also by Shannel S Silwimba

Chuo cha Tatu
Mwana-Adam ni Nani Naye ni Nini Mungu Amkomboe

Standalone
Historia & Maisha ya Yeshua Kristo
Jinsi ya Kusali & Kuongea na Yahweh
Mafundisho ya Utajiri
Utatu Mtakatifu
Mafundisho ya Ndoa
Ufufuo & Uchukuo
Ujio wa Pili wa Yesu Kristo
Yisrael
Mafundisho ya Utajiri

Sala ya Ukombozi

Baba yetu uliye Mbinguni; ninakiri kwa mdomo, na kuamini moyoni mwangu kwa dhati ya kwamba, Mwanao Yeshua Kristo ni Mungu. Alikuja katika mwili, na kufariki mauti ya msalaba kwa ajili ya dhambi zangu. Baba Mungu ulimfufua toka katika wafu, na sasa amekaa mkono wako wa kuume katika kiti cha enzi Mbinguni.

Naomba msamaha wa dhambi zangu zote nilizo tenda maishani. Nina-wasamehe wote walio nikosea katika maisha yangu. Namkataa shetani, na dhambi, na tamaa ovu zote.

Nakupenda YAHWEH Mungu wangu kwa roho yangu yote, kwa nafsi yangu yote, na kwa nguvu zangu zote. Niwezeshe niwapende jirani zangu kama ulivyo nipenda mimi.

Nampokea Roho wako Mtakatifu kama ulivyo ahidi. Nakabidhi maisha yangu yote kwake.

Baba Mungu; nina-shukuru kwa neema ya kunitakasa, kunihesabia haki, na kunikomboa kupitia kafara ya damu ya Adonai Yeshua Kristo, toka utumwa wa dhambi mara tu nisalipo sala hii.

Sifa na shukrani upewe YAHWEH kwa kunitimizia mimi mwanao mahitaji yangu yote ya kila siku: neema, afya, utajirisho, shalom, na ushindi katika yote ili nitimize kile ulicho niumbia.

Kwa imani nina-pokea ukombozi wa kiroho kwa maisha ya milele pamoja nawe, na ukombozi wa kimwili kwa siku za Mbinguni hapa duniani. Nina-amini na kukiri kupokea haya yote katika jina la Mwanao, na Mkombozi wetu Adonai Yeshua Kristo.

Amin! Amin! Amin!

KITABU HIKI KIMEPIGWA chapa na
Shannel S Silwimba
P O Box 1699
shannel.silwimba@gmail.com
Dar es Salaam, Tanzania
Afrika Mashariki

Haki Miliki

Toleo la Kwanza

1.	Uandishi Kimapokezi	(Inspiration):	Mei 2007	–	Oktoba 2007
2.	Ujalizi wa Mapokezi	(Authorship):	Oktoba 2007	–	Augusti 2011
3.	Uhakiki wa Kitabu	(Review):	Augusti 2011	–	Oktoba 2014
4.	Uhariri Fasihi	(Literature):	Oktoba 2014	–	Disemba 2016
5.	Uhariri Fasaha	(Fluent[1]):	Disemba 2016	–	Septemba 2021
6.	Tafsiri ya Maandiko	(Translation):	Septemba 2021	–	Aprili 2022
7.	Usanifu & Kibali	(Ratification):	Aprili 2022	–	Novemba 2022

Tahariri

Yeshayah 50:4

Adonai YEHWIH amenipa mimi uwezo wa kuzungumza kama mtu msomi, ili kwamba mimi, kwa maneno yangu, nijue jinsi ya kumkidhi aliye choshwa. Kila asubuhi yeye huyahamsha masikio yangu kusikia kama yale ya msomi. [Tafsiri ya Complete Jewish Bible].

Wagalatia 1:12,16,20

KWANI MIMI SIKUPOKEA hili toka kwa mtu, wala mimi sikufundishwa [hili], bali ni kwa ufunuo wa Yeshua Kristo ... Kumfunua Mwana wake ndani yangu, hata niweze mfundisha yeye kati ya Mataifa; saa hilo sikushauriana na wenye mwili na damu: ... Na sasa haya mimi ninayo andika kwenu, tazama, mbele za Mungu, mimi sisemi uongo.

Matendo 5:38-39

NA SASA MIMI NASEMA kwenu, jizuieni toka watu hawa, na waacheni wenyewe: kwani kama huu ushauri au kazi hii ikiwa ni ya watu, haitaishia kuwa lolote lile: lakini kama ikiwa ni ya Mungu, nyie hamwezi ipindua; tena isije kutikana nyie mwapigana na Mungu.

Unabii – 30 Mei 2007

"NAJIMIMINA NAFSI YANGU ndani ya kitabu. Watu hawatasoma kitabu, watakuwa wakinila MIMI (kwani MIMI ndiyo kitabu). Watu watakula kitabu na hawata-kisoma (na watakihisi kile walacho ndani ya tumbo lao). Utukufu wangu utakuwa bayana ndani yao, watajua kuwa ni MIMI. MIMI, MIMI naongea kwao na wao watakubali na kukombolewa"...

Hili Tunasema Sisi

PALE JENERALI ANAPO mpa askari wa daraja la chini kabisa ujumbe kufikisha kwa makamanda vitani, amri hiyo hutangulia zote, na kwayo askari huyo hubadilika daraja mpaka aufikishe ujumbe. Na kwa ujumbe huo, mpangilio mzima, na mwenendo mzima wa jeshi vitani hubadilika.

Dibaji

Mpendwa, jina la kitabu chako hiki ni **MWANA-ADAM NI NANI NAYE NI NINI MUNGU AMKOMBOE** (MNNNMA). Kwa minajili ya kuufikia umma wote wa wanao zungumza Kiswahili tulio tumwa kwao, tuli-kichapisha pia katika vijitabu vidogo tokea baadhi ya masomo yake. Kwa uelewa huu basi, kama mpendwa unacho kimoja wapo ya hivi, tambua kwamba huo siyo ujumbe wote unao kustahili kuupokea.

Tunasema hivi sababu kitabu MNNNMA kimegawanyika katika vyuo vitatu vikupasavyo mpendwa kuhitimu: **CHUO CHA KWANZA** hufunza kuhusu **Mwanzo Mtakatifu & Kuingia Dhambi**. **CHUO CHA PILI** hufunza kuhusu **Fumbo La Ukombozi & Ufunuo wa Ukombozi**. **CHUO CHA TATU** hufunza kuhusu **Mwisho Mtakatifu & Kuondoka Dhambi**. Hivyo ni ushauri wetu umiliki kitabu chote cha (1) **MWANA-ADAM NI NANI NAYE NI NINI MUNGU AMKOMBOE**.

Lakini kama hivyo sivyo kwako, basi uanze na (2) **CHUO CHA KWANZA**, ndipo kifuatie (3) **CHUO CHA PILI**, na ndipo umalizie na (4) **CHUO CHA TATU**. Na kama hata hivi sivyo ilivyo kwako, basi acha tukuvutie kwa baadhi ya masomo ndani ya MNNNMA tuliyo yatoa kama vitabu huria ifuatavyo: -

5) Historia na Maisha ya Yeshua Kristo
6) Jinsi ya Kusali & Kuongea na YAHWEH
7) Utatu Mtakatifu
8) Mafundisho ya Utajiri

9) Mafundisho ya Ndoa
10) Ufufuo na Uchukuo
11) Yisrael
12) Ujio wa Pili wa Yeshua Kristo

Pamoja na hivi ni kile tunacho kisambaza bure katika masoko ya vitabu mitandaoni, kinachoitwa **Milenia ya Kristo**. Lengo la hiki ni kuwatambulisha kazi ya MNNNMA wale wote wanaoishi ughaibuni, lakini wanaongea Kiswahili. Kwa jinsi hii, hawa pia wapokee ujumbe wao, kupitia umiliki wa kitabu MNNNMA.

Kitabu hiki MNNNMA kinaleta habari njema kwa kanisa zima linalo zungumza Kiswahili. Kitabu chako hiki kinaifumbua hadithi ya fumbo la nyakati, na pamoja nalo hilo, kinategua kile kitendawili cha kale, pale malaika walipo muuliza Mungu: ... *Je mtu (anaye kufa) ni nini, ambaye wewe unamjali hivi? Na mwana wa adam, ambaye wewe humtembele? Kwani wewe umemfanya yeye chini kidogo ya elohim (malaika), na {bado} umemzinga na taji la utukufu na heshima. Wewe umemfanya yeye kutawala juu ya kazi za mikono yako; wewe umeweka vyote chini ya miguu yake: ...* [Zaburi 8:4-6].

Ni ndani ya fumbo hilo la nyakati, na uteguzi wa kitendawili hicho, ndimo historia yote ya mtu na ukombozi wake vilihifadhiwa kwa umahiri na umakini usio pimika. Kwayo haya mguso wake ulifika mapema, lakini ni uandishi kadri tunavyo pokea (Uandishi Kimapokezi - Inspiration) ulio anza rasmi katika mwezi wa Mei 2007 mpaka Oktoba 2007. Uandishi huo ulifanyikia katika meza ya chakula, tena ulikuwa wa tokea mwanzo wa kitabu mpaka mwisho wake, kwa kadri ya uono wetu hafifu wakati huo. Ujalizi wa Mapokezi (Authorship) ulianza Oktoba 2007 mpaka Augusti 2011, na ndiyo ulio tupatia mgawanyiko wa vyuo, masomo, na mada ambazo mpaka leo bado ziko ndani humu.

Uhakiki wa Kitabu (Review) ulianza tokea Agusti 2011 mpaka Oktoba 2014. Lengo lake hili lilikuwa kuhakikisha uchambuzi wa ndani kabisa wa yaliyo pokelewa, unalandana na maaandiko. Hakika hiyo kwisha kupatikana, ndipo tuliingia katika hatua ya Uhariri Fasihi (Editorial – Literature) kusahihisha majalizi yaendane na mapokezi, pamoja na maandiko. Hili lilifanyika tokea Oktoba 2014 mpaka Desemba 2016. Tukiwa sasa tunacho kitabu makini mbele zetu, ndipo Uhariri Fasaha (Editorial – Fluent) wa usomekaji ulifanyika tokea Desemba 2016 mpaka Septemba 2021. Kama biblia ilivyo, kitabu hiki nacho kimeandikwa ili kisomwe mbele za watu.

Katika juhudi za umakini wa kufikisha mapokezi, ilituwia vema kwamba, sasa wakati umefika wa uwepo wa Biblia Fasaha, na hivyo misingi yake ilianza kusimikwa kwa sisi kufanyia Tafsiri Maandiko (Translation) yote ambayo tayari yameshaingia kitabuni. Na hili lilituchukua sisi kipindi cha tokea Septemba 2021 mpaka Aprili 2022. Na kwisha hilo, ndipo hitimisho la kazi hii lilifika kwa Usanifu na Kibali (Ratification), ulio anza mara moja Aprili 2022 na kukamilika Novemba 2022. Ndipo sasa kikawa tayari kupigwa chapa, hata leo hii kiwe mkononi mwako mpendwa.

Juhudi zote hizi katika uandishi wake kitabu chako hiki, zilikuwa ujenzi juu ya msingi ule-ule wa awali, kwani yote yale ambayo tulipokea, yalibakia kama yalivyo na pale-pale yalipo wekwa kwa upokeo wa awali. Katika miaka yote hii 15 na miezi 6 tuliyo kuwa katika uandishi wa kitabu chako hiki, sisi kwa binafsi yetu tulipokea makuzi makubwa sana, ili kuinuka hadi kufikia upeo wa uelewa ambao YAHWEH anautaka katika Kanisa lake tukufu linalo zungumza Kiswahili. Hivyo tulijifunga kwa uadilifu kwayo mafunzo hayo, na kwa miaka 12 ya awali tulitumia takribani masaa 3 kila siku (part-time), na takribani masaa 10 (fulltime) kwa kipindi kilicho bakia mwishoni.

Sisi tunaamini: kipindi chote hiki tulicho chukua, ni kwa ajili ya sisi kuinuka katika uelewa uhitajikao kupokea kitabu kile kilichopo katika masijala za Mbinguni, hata kiwe pacha na hiki kilichopo mkononi mwako leo hii. Katika vyote na yote ndani humu, tafadhali sana mpe sifa na utukufu Mungu YAHWEH pekee.

Utangulizi

Watangulizi wetu wameshafanya kazi itakiwayo, kwamba sasa majani ni makavu, na kinacho hitajika ni kiberiti tu. Hiki kitabu cha MNNNMA ndicho kiberiti kwa ajili ya mapinduzi ya upendo, na uamsho mkuu ujao. Hivyo kwako wewe usiye mtu kati ya watu, YAHWEH ameiinua sauti yako isikike ndani ya Kanisa lake duniani. Tazama, mboni ya jicho lake amegeuka kukutizama akishang'aa, ni nini hicho Elohim wake afanyacho nyumbani mwako.

Ndani humu utakutana na tafsiri fasaha za maandiko matakatifu tulizo zifanya, tulikuwa hatuna budi, bali kufanya uchokozi huo wa hadharani kudhihirisha changamoto tulizoziona. Tunajua vema, hili limetonesha lile hitaji nyeti la sisi kuwa na tafsiri ya Kiswahili fasaha kitumikacho leo hii katika nyanja zote za maisha. Kuelewa hili, tafadhali tazama mfano kwa mstari Askofu Alpha Mohamed wa kanisa Anglikana (zamani hizo wa Dayosisi ya Mlima Kilimanjaro), alio utoa kwa familia ya mmoja wetu, alipo watembelea katika udogo wake: -

Na	TAFSIRI	YEREMIAH 33:3
1	Bible Society – Tanzania na Kenya	*Niite, nami nitakuitikia, nami nitakuonyesha mambo makubwa, magumu usiyo yajua.*
2	Jewish Publication Society 1917 OT	*Niite, na Mimi nitakujibu, na nitakueleza mambo makubwa, na yaliyo fichwa, ambayo wewe huyajui.*
3	King James Version # 2	*Niite, na Mimi nitakujibu, na nitakuonyesha mambo makubwa na makuu, ambayo wewe huyajui.*
4	The Amplified Bible	*Niite na Mimi nitakujibu na kukuonyesha wewe mambo makubwa na makuu, yaliyo ndani ya wigo na yamefichwa, ambayo wewe hujui (hutofautishi na kutambua, kuwa na maarifa nayo na uelewa).*

HILI ANDIKO (NA HUSUSANI kwa mapanuzi yake yote tokea tafsiri ya Amplified Bible juu), kwake lilikamilika ndani ya MNNNMA. Hili andiko siku ile lilipo somwa kwa tafsiri ya kwanza, na kutaja '*mambo makubwa, magumu usiyo yajua*' lilitisha sana. Lakini ni mpaka nyakati za kazi ya MNNNMA, ndipo alipo gundua nini haswa lilikuwa likifanyia unabii maishani mwake. Hii ni zaidi ya miaka thelathini (30) kupita ndipo baadaye kabisa aligundua ni '*mambo makubwa na makuu, yaliyo ndani ya wigo na yamefichwa, ambayo wewe hujui.*'

Mpendwa, maandiko matakatifu siyo jiwe lilokufa, kwani yako hai kama jamii yenyewe. Tokea humu utasikia yakinguruma tena kudai vazi jipya, ili kuzigusa tena nyoyo za walio wake. Neno ni lile lile, ila lugha imekuwa na kusonga mbele zaidi. Kila kizazi huifunua historia yake, hisia zao, utamaduni wao, kwa maana nzito zibebwazo ndani ya maneno watumiayo kila siku kuwasiliana.

Umakini wetu kwalo hili ni wa kugusa kitakatifu, hivyo juhudi za dhati zilitumika kurejelea asili ya andiko kwa Kiebrania, kukimbia itikadi na falsafa za watu, na urejesho wa majina asili ya wahusika. Katika kufanya haya, tulitumia lugha kwa sarufi fasaha kufanyia tafsiri. Kupitia unyambulisho tumebebesha nafsi halisi ihusikayo, wakati, na kwake nani hilo lasemwa. Tumetambua kijadiliwacho (contextual meaning) katika kuzingatia kwa makini maana halisi ya neno, na hivyo ujumlisho wa maneno yote yatumikayo katika mstari (sentensi) kuleta maana kamilifu ya andiko.

Ndani humu yako maeneo ambako mguso ulikuwa mkubwa, na hivyo uandishi kufuata mtiririko kadri ujavyo pasipo kujali lolote lile. Katika kuenenda huko, yako ambayo yametushtua sisi kama ambavyo yataitikisa roho yako pia. Katika yote humu, hakuna linalo tishia kujali kwetu, kama sisi kukosea kweli yake pasipo kujua, na kwa kufanya hivyo sisi kuishia kukukosesha wewe mtoto wake mpendwa.

Katika fikra hizi, sisi hutamani haya yote yangebaki na sisi pekee yetu, pasipo uhusisho wa kanisa lake hili lote. Kwa sababu hii, wito wa kazi hii sisi tuliuchukulia kwa kujali sana, ili baada ya yote yeye Mungu, na siyo mtu, afurahishwe sana na utendaji wetu. Milolongo ya uhakiki na uhariri ni kwa ajili ya hili zaidi, kuliko yote mengine.

Mpendwa, kazi hii pamoja na kuwa tendo la kiimani kwao walio amini pekee, lakini bado yabaki kuwa vyuo makini sana kwa kila mkufunzi na mwanafunzi wa neno lake. Kitabu kilikuja kiwe uwanja wa wasio amini katika kumpokea Adonai (Bwana) Yeshua[1] (Yesu) kama Kristo (Mfalme) na Mkombozi wao. Pia pasipo mapungufu yeyote, hiki ni waraka wa barazani katika malumbano na wasio amini kwa nini YAHWEH ndiye Mungu pekee, hata astahili kuabudiwa. Na kana kwamba hayo hayatoshi, kitabu hiki kimeandikwa kiwe msingi wa theolojia wa kanisa linalo zungumza Kiswahili, kwani chafaa kwa marejeo (referencing), na machambuzi ya kitaaluma, ili sote tuwe na maarifa na hekima.

Kitabu chako hiki hakifungamani na dhehebu lolote lile, au kuafiki uwepo wa njia nyingine ya kumfikia Mungu YAHWEH, zaidi ya Mwana wa Mungu Adonai Yeshua Kristo pekee. Tunakubali ni Wakristo na Yehudaizimu (Judaism) pekee, ndiyo wenye nafasi ya kuwa na mahusiano na Mungu YAHWEH. Adonai Yeshua Kristo hakuleta dini au dhehebu duniani, bali mahusiano kamili na Mungu

YAHWEH. Na kwamba kweli iko moja, na ya pekee kwa wote ulimwenguni, wakati wote, na mahali pote, kwa vizazi vyote milele. Kitabu chako hiki, kimekuja ili kuifunua hiyo kweli moja na ya pekee.

Sasa kwako mpendwa usiye wa imani hii, njoo uchungue uone kati ya hilo lako na hili letu, lipi waona ndiyo kweli? Njoo wewe uliye jasiri wa dini nyingine ujipimishe uelewa wako na kweli hii. Usiogope njoo, kwani Yeshua wetu alituagiza tukupende kama tunavyo jipenda wenyewe. Tazama, tutakupokea kwa heshima na taadhima pasipo kukuudhi, au kuikera roho yako. Tutakukaribisha tukae kitako kujadili kwa urahisi maswali haya sugu, tokea historia ya mtu: -

1. Kwa nini wewe uliumbwa? Uliumbwa ili iwaje? Kwa nini aliumba mwanamme na mwanamke? Hivi ni kweli kwamba sisi tulikuwa manyani kabla ya kuwa watu?
2. Kwa nini ukombozi? Kwa nini Mungu asimteketeze satani mara moja, na wote tukarudia kuishi watakatifu raha mustarehe milele?
3. Na wapi katika dini yako pameandikwa kinaga ubaga pasipo kupinda, vipi wewe waweza kombolewa ili kwenda Mbinguni? Nisomee huo mstari ulipo kitabuni mwako nami niujue?
4. Je maisha ya milele ni kweli? Je gehena (jehanamu) na Mbinguni ni mahali pa kweli? Mtu akifa ana kwenda wapi? Akiwa huko ana fanya nini? Wapendwa wangu walio tangulia katika mauti wako wapi, na wanafanya nini leo?
5. Hivi ufufuo na uchukuo wa wafu ni kweli utakuwepo?
6. Nani ameandika maandiko matakatifu? Kwa nini yaaminike? Je kupo ambako yanapingana?
7. Je ni sahihi kuwa na wake wengi au waume wengi? Ipi ni ndoa ya kwanza? Nini maana ya tunda la mti wa kati? Na je talaka ni sahihi?

Mpendwa, thubutu kufika mwishoni mwa kitabu chako hiki MNNNMA na uone ni finyu vipi maswali haya, kwa mlinganisho na maarifa na hekima utakayo hitimu.

Neno ukombozi ni neno la kisiasa, na ndiyo sababu sisi tulisonga mbele na kulitumia kwa ujumla wake katika maana nyingi zaidi, na zilizo sahihi zaidi katika nyakati hizi za mwisho. Tumelitumia kutafsiri maneno 'Salvation' na 'Redemption' kumaanisha ukombozi ulio tufikia kupitia kazi aliyo ifanya Adonai Yeshua Kristo, mpaka kuikamilisha hapa duniani.

Katika mila na desturi za Kiebrania, majina ya watu au mahali hubeba wasifu wa huyo au hapo. Hivyo jina lako hubeba asili yako (roots), tabia zako (prophetic behaviours), desturi zako (tribal, nation affiliations), visifa vyako (attributes), wasifu wako (personality) na hata imani yako (religion). Ni kwa sababu hizi, juhudi za dhati zinafanyika ndani humu kuhakikisha majina asili yote yanarudishwa mahali pake.

Katika kufanya hivi, tutajitenga pia na wasifu za wahusika wa biblia tokea simulizi nyingine zisizo za imani hii ndani ya lugha ya Kiswahili. Hili ni jambo muhimu sana kwetu katika kuchunga usafi wa wasifu zao kwa kadri ya biblia na siyo vinginevyo. Lahaja ya Kiebrania yalandana sana na ya Kiswahili, hata majina hayo kuandikwa kama yalivyo pasipo tatizo lolote kisarufi au kiisimu.

Sisi hujiuliza sana hili, hivi ipo shida gani kwa kanisa unaye zungumza Kiswahili kusali kwake katika jina ambalo yeye mwenyewe, alimsikia mama yake mzazi akimwitia hilo? Kwa lafudhi ya sauti ileile malaika aliyo agiza hivyo ndivyo wamwite? Jina ambalo hata Baba humwita leo akisubiria lile jipya! Ujadilifu huu hatari haumaanishi kwamba nguvu iko katika jina gani, la hasha! Wewe mwite lolote; Yeshua, Yesu, Yehoshua, Jesus, Yesus, Mungu anaijua dhamira yako nani huyo imwitaye. Maana ya jina Yeshua (Yehoshua) la Kiebrania ni 'Mkombozi.'

Kwa kuwa sasa wajua jina linawakilisha nini, sasa sikia haya. Lugha ya Kiswahili inalo chimbuko lake tokea lugha ya Kiarabu. Waarabu kama walivyo Waebrania, wote ni wana wa Shem (shemitic). Ni kwa sababu hii kila unaposikia katika katika vyombo vya habari vya kimagaribi wakitaja Waarabu ni 'anti-semitic,' yaani 'wanapinga uzao wa Shem,' basi tambua huo ni ujinga wa kukosa maarifa (oxymoron). Ni tokea mahusiano haya ya Kiswahili na Kiarabu (semitic), ndiyo matamshi yako Mkristo huonyesha ijumaa kuwa siku ya saba (7) kwa kadri ya dini yao, na siku ya Shabath (iliyo siku ya 7) kuitwa siku ya kwanza ya juma (yaani jumamosi).

Hivi kitu gani kinazuia hata kalenda za kanisa kuchapishwa zikionyesha Shabath yaani jumamosi, ndiyo siku ya mwisho ya wiki? Hauko ubishi katika Ukristo kuwa; Jumapili siyo siku ya kwanza ya wiki. Waumini wote tunajua, kuwa ni Elohim mwenyewe aliyeipa siku ya saba (7) jina la Shabath, na zote nyingine akizitaja kwa namba ya siku hiyo katika wiki ni ya ngapi. Hivyo ni siku hii pekee yenye jina!

Sasa sikia wewe kanisa unaye zungumza Kiswahili: Tengeneza kalenda yako ionyeshayo siku za wiki kwa kadri ya maandiko kuwa: Sikumosi (jumapili) - Sikupili (jumatatu) - Sikutatu (jumanne) - Sikunne (jumatano) - Sikutano (alhamisi) - Sikusita (ijumaa) na - Shabath (jumamosi). Hivi ndivyo yeye alivyo taja ilivyo, hivyo ndivyo pia sisi watoto wake tutaziita siku. Pia hivi ni makini zaidi, sababu usemapo 'juma' humaanisha 'wiki' ambalo ni siku 7, lakini usahihi ni 'siku' ambayo ni masaa 24 tu. Leo wewe umesikia, hivyo anza kuongea hivi, na hata sisi tutafanya hivyo humu, kudhihirisha kwamba inawezekana kabisa.

AUGUST 2019

Su	Mo	Tu	We	Th	Fr	Sa
				1	2	3
4	5	6	7	8	9	10
11	12	13	14	15	16	17
18	19	20	21	22	23	24
25	26	27	28	29	30	31

TOKEA KINA CHA UELEWA huu, ni ushawishi wetu kwako mpendwa kuwa, Mosheh (Moses) siyo Musa, Shelomoh (Solomon) siyo Selemani, Yosef (Joseph) siyo Yusuf, Yahkob (Jacob) siyo Yakubu, Yitzhak (Isack) siyo Isaka, David (David) siyo Daudi, Iyob (Job) siyo Ayubu, Noakh (Noah) siyo Nuhu, Yeshua (Yesu) siyo Issa, na mengi mengine. Uwepo wa simulizi mbili tofauti juu ya jina moja kwenye mihadhara mitaani, huchanganya waumini. Nenda sasa na ukajitofautishe, hata wao wajue wewe ni wa Mungu YAHWEH katika Adonai Yeshua Kristo pekee.

Shuruti tuwafunze watoto wetu tokea udogo wao kabisa kwamba: **Mungu wa Abraham, Yitzhak na Yahkob, ndiye Baba wa Yeshua Kristo. Hivyo Yeshua Kristo ni Mwana wa Mungu aitwaye YAHWEH. Yeshua Kristo pia yeye ni nafsi Mwana katika Mungu huyo YAHWEH. Na tokea yeye huyu Mungu mmoja, ziko nafsi tatu maarufu kwetu; Mungu Baba (akiwa kichwa kati yao), Mungu Mwana (Adonai Yeshua Kristo), na Mungu Ruak HaKodeshi (Roho Mtakatifu). Mungu Mwana, yaani Adonai Yeshua Kristo, ndiye aliye kuja duniani katika mwili, na kufa mauti ya aibu ya msalaba kwa ajili ya ukombozi wetu. Siku ya tatu alifufuka, na siku ya arobaini (40) baadaye alipaa kurudi Mbinguni. Na huko amekalishwa mkono wa kuume wa kiti cha enzi cha Baba Mungu.** Kinyume na hivi ni uongo, siyo biblia, na wala siyo Ukristo.

Kitabu chako hiki kinawalenga wana-adam wote, tena zaidi-zaidi wale wote walio wana wa Mungu YAHWEH, yaani wale tu walio zaliwa mara pili, hata awaite watakatifu wake (saints). Hivyo shabaha kubwa ni kwao wahudumu wake, yaani maaskofu, mapadri, wachungaji, wainjilisti, watawa, watumishi, wahubiri, wazee wa sinagogi, walimu wa dini wa shule za msingi, shule za sekondari, vyuo na seminari. Pamoja nao hawa, ni wewe mwanafunzi na mkufunzi wa neno lake, na waumini wote wanayo itafuta kweli kujilisha kwa makuzi yao. Pia ni wewe usiye wa imani hii, lakini uko hapa kujua kweli ni ipi. Karibuni sana!

Kitabu hiki hakibaki kwenye nadharia pekee, la hasha, kwani kinaongoza na kuelekeza uponyaji kwa walio hospitalini, kinaleta faraja na uhuru kwa walio kifungoni magerezani, hupanua wigo wa uelewa na hivyo utajirisho na mafanikio kwao wakulima, wavuvi, wafanya biashara, na wafanyakazi. Pia kinasimama kama ushahidi na changamoto kwa wapinzani wa kweli hii, na wale wote wasio amini bali wapendao kujua nini sisi tunaamini. Na mwisho ni kwako msomi utafutaye maarifa bila kujali itikadi au imani, kama baadhi wafanyavyo hata sasa.

Tazama mpendwa, tukisha maliza kulumbana, kuchekana, na kukashifiana; bado suala hubaki lile-lile moja tu: Je nikifa leo, mimi nitakuwa mgeni wa nani huko niendako? Na kikubwa zaidi hapa; ni hakika ya jibu lako hilo kuwa ndiyo sahihi, na siyo ulaghai wa ibilisi satani. Tafakari ...

Kitabu chako hiki MNNNMA pamoja na mapokeo binafsi, ni mkusanyiko wa mafunuo waliyo pokea kaka na dada zetu wengi wengine katika Kristo Yeshua. Hao waliandika au kuzungumza, na Ruak kuleta kazi zake za awali katika usikivu wetu. Kutoa shukrani kwa kila mmoja wao humu, kunahatarisha dhana nzima ya umiliki wa kazi hii kuwa wa YAHWEH. Hayuko mshiriki pamoja naye katika hili, kwani sote tu vyombo tu alivyo tumia kukufikia wewe mpendwa wake. Pale mmoja wetu afunuliwapo kweli duniani, wote hupokea kweli hiyo moja kana kwamba sisi ni wao, na wao ni sisi.

Tokea uelewa huu, na upendo wetu sote kwa Adonai wetu Yeshua Kristo; hapa linatolewa ombi rasmi kwa pamoja kutumia michoro, picha, majedwali, takwimu, ramani, na vyote vingine vitakavyo tumika tokea vyanzo mbalimbali duniani. Hivi vyote vimesaidia kuifikisha kweli yake kwetu sisi tulio wa mwisho kati ya kaka na dada zetu. Kama tukisema maombi na shukrani zitolewe kwao wote hawa, itachukua kitambo, na pasipo utoshelezi. Hivyo basi: **Katika jina la Adonai wetu Yeshua Kristo, tunakuomba Baba Mungu, ukawajali hawa wote, na kuwajulia hali zao, kwa kadri ya kazi zao kwake Mwanao Yeshua Kristo.** Amin

Kitabu kinatumia mfumo wa nguzo za zizi katika kufikisha ujumbe wake, badala ya ujenzi wa ukuta uletao matengano kwa waumini. Mfumo huu wa zizi hakubali uwepo wa kile kinacho onekana kama mgongano wa maandiko katika biblia, tokea upungufu wa uelewa makini wa yote kanisani. Hivyo kama mjenzi wa zizi anaye pigilia nguzo huku na kule, ili kondoo wakae salama ndani mwake, ndicho sisi pia tufanyacho. Ujenzi wa ukuta katika maandiko hupelekea siasa kali, na migawanyiko kundini kama ile ya kimadhehebu.

MPENDWA, VIDOLE VYAKO vitaendelea kufungua kurasa za kitabu ambacho sicho cha kizazi hiki, bali cha kile kijacho. Kila ufunguapo ndivyo ulavyo akili, nia, na hisia za Elohim wako. Kama waridi lijifunguavyo alfajiri na mapema, ndivyo kweli na utukufu utakavyo mwagwa na Ruak HaKodeshi ndani mwako kadri ulavyo. Hata sasa Ruak HaKodeshi anao moto uwakao ndani yako pasipo uteketezi.

Mungu Baba, katika jina la Adonai Yeshua Kristo, nakuomba, hekima, maarifa, uelewa na imani tokea haya uliyo yafikisha leo mbele za macho yangu mimi kusoma. Naomba unifungue macho yangu ya kiroho nione, na masikio yangu ya kiroho nisikie, na niamini kweli yako. Amin

Faharisi

Chuo cha Kwanza

Mwanzo Mtakatifu & Kuingia Dhambi

1. Mwanzo wa Yote

2. Mpango wa Ukombozi

3. Uasi na Kuingia Dhambi Duniani

4. Agano la Ukombozi

Chuo cha Pili

Fumbo la Ukombozi & Ufunuo wa Ukombozi

5. Toraha ya Yahweh na Ufunuo wa Dhambi

6. Umfano na Mlinganisho wa Yisrael na Kanisa

7. Jinsi ya Kupokea Ukombozi

Chuo cha Tatu

Mwisho Mtakatifu & Kuondoka Dhambi

8. Ukamilifu wa Upendo & Ukombozi

9. Ujio wa Pili wa Yeshua Kristo

10. Maisha ya Milele

7.9 Mafundisho ya Utajiri

Kwani nyie mwaijua neema ya Adonai wetu Yeshua Kristo, • • • *kwamba, ijapo kuwa yeye alikuwa tajiri {mwenye mali sana}, bado kwa ajili yetu yeye alifanyika maskini {fukara}, ili nyie kupitia umaskini {ufukara} wake muweze kuwa matajiri {wenye mali sana}. ...* [II Wakorintho 8:9].

Mpendwa, hivi unafikiri nini lengo la somo la Mafundisho ya Utajiri ndani ya kanisa lizungumzalo Kiswahili? Na neno utajiri maana yake ni nini? Na vipi utajiri utanifikia mimi; ni kwa uwezo na juhudi zangu binafsi, au ni kwa baraka za Mungu YAHWEH? Hivi nini nia ya Mungu maishani mwangu kuhusu utajiri na ufukara? Kama utajiri ni baraka toka kwa Mungu, je lipi nifanye ili nami niwe tajiri? Kwa jinsi gani utajiri uhusiana na ukombozi wangu? Kama mpendwa bado unalo swali muhimu zaidi ya haya kuhusu utajiri, tafadhali liandike hilo pembeni, nalo litajibiwa kabla ya kufika mwishoni mwa mada hii.

Katika somo hili hatuji kwako katika joho na mshipi kiunoni, kukusihi wewe kuafikiana nasi, la hasha! Tunakuja katika wingi wa utajiri mkuu wa Ufalme wa Mbinguni, tuki-kualika nawe uwe sehemu yake huo. Na tena kukufunza jinsi ya kwenda ukijiamini mbele ya kiti cha enzi cha neema, kuchukua kilicho stahili yako, tokea ubadilisho ule wa ufukara wa Adonai (alio kuwa nao, alipo kuwa hapa duniani), kwa utajirisho wa Ufalme wa Mbinguni. Na zaidi-zaidi ni jinsi ya kumpora kwa nguvu, na kumtoza fidia ya mara 4 satani, ya vile vyote vyako ang'ang'aniavyo pasipo idhini yako.

Ndani humu tumekufunza kwa uadilifu mkuu kuwa, ukombozi unao pande mbili kama shilingi ilivyo; upande wa kwanza ni ahadi ya maisha ya milele na Mungu YAHWEH, na upande wa pili ni baraka kwa maisha ya siku za Mbinguni hapa-hapa duniani leo hii (nchi itiririkayo asali na maziwa – Torati 27:3). Sasa tokea huo upande wa pili, pamoja na mengi mengine yaliyo humo, yako haya mawili ambayo nayo ni bayana kabisa, na tena pasipo mjadala, au shaka yeyote ile: -

1. Kwamba yeye kwa kupigwa kwake: sisi tumepona maradhi, magonjwa, na maumivu yetu yote (Yeshayah 53:5 na I Petros 2:24).
2. Na hakika ya la pili ni kuwa: yeye aliye tajiri mkuu alifanyika fukara, ili sisi na wewe tulio mafukara, kupitia ubadilisho wake huu kwa neema, tuwe matajiri wakuu hapa duniani kama yeye alivyo kuwa Mbinguni (II Wakorintho 8:9).

Injili hii ya ukombozi kwa neema hufichua kwetu sote kwamba, kama vile neema iwezavyo kwa imani katika jina la Adonai Yeshua Kristo kutukomboa kwa maisha ya milele, hivyo-hivyo ndivyo pia iwezavyo kutupatia siku za Mbinguni leo hii hapa duniani. Na kwa kuwa utajirisho ndiyo udhihirisho wa baraka za Mungu, basi ukombozi ndiyo hakika ya utajirisho wa vyote na yote. Tunasema hivi sababu uko utajirisho wa kiroho, kwa matunda yale yote 9 ya rohoni mwako (Wagalatia 5:22-23, Waefeso 5:9-10), na pia uko utajirisho wa kimwili, kwa vyote vile uhitajivyo (necessisity – Luka 12:22-31) na uvi-pendavyo (desired - II Shemuel 12:8) maishani.

Tunataka mpendwa uwe makini sana katika hili, na usi-kutikane ujinga wowote ndani yako kwalo hili. Kama baraka maandikoni ndiyo utajiri, basi kinyume chake baraka ni laana, na hivyo kinyume cha utajiri shuruti kiwe ufukara. Tafakari

Kutokana na unyeti wa somo hili kwetu sisi tuzungumzao Kiswahili, hapa lina-fanyika kitabu ndani ya kitabu. Hivyo kuwa makini sana katika usomi na tafakari za kitabu chako hiki, kitabuni humu. Sisi tunayo ahadi rasmi ya Aba kudondosha tunu kwa vidokezo (insights) vilivyo lulu kwako. Tokea ufahamu huu, hata sisi tumeshaanza kuokota, na sote tuta-endelea kuokota mpaka mwisho wa uwanda[2] huu.

Kwisha kusema haya machache muhimu kwa utangulizi, inatuwia sisi vema upendoni, kukigawanya kitabu chako hiki katika sehemu 5 muhimu. Kwa kufanya hivi utakuwepo utaratibu mzuri, tena ulio na mtiririko maridhawa, hata wewe uufikie uelewa ukuwezeshao kutenda. Hili ndilo lengo mama la kitabu hiki, kitabuni humu, kwamba sote tutende haya; ndipo mwelekeo wa maisha yetu ubadilike kuelekea utajirisho: -

1. Tafsiri za maneno Agano, Baraka, na Utajiri,
2. Asili ya Utajiri,
3. Nia ya Mungu Kuhusu Maisha Yako:

i. Hadithi.

1. Vipi Niachie Imani na Kutenda Niwe Tajiri:

i. Kupokea kwa Imani Pumzikoni [Baraka ambazo Tayari Zilisha Shushwa Duniani],
ii. Kuomba na Kutenda Pumzikoni [Baraka Ambazo Hushushwa Toka Mbinguni Kwa Kuomba na Kutenda].

1. Hitimisho.

Tafsiri za Maneno Agano, Baraka, na Utajiri

Tuanze na tafsiri ya neno Agano ambayo tuta-ikopesha toka mafunzo yaliyopita. Kwa kufanya hivi siyo tu tunakaza ufahamu, bali pia tunarejesha uelewa ule makini akilini mwako, kutumika kwayo haya tutazamayo hapa. Tutafanya hivi katika uharaka wa kupita kufikia neno utajiri lilo mada hapa.

Agano

PALE MAJIRA YA UTENDEKAJI wa Mpango wa Ukombozi yalipo fika, Mungu YAHWEH alitumia desturi na mila toka tamaduni ya watu alio wachagua kufanya makubaliano (agreement) rasmi ya kimkataba, (contract) yaliyo julikana katika zama hizo kama maagano (covenant). Katika uchunguzi wetu makini wa dhana nzima ya agano, sisi huona lengo huwa kujenga mahusiano mema kati ya pande mbili. Aidha mahusiano hayo ni ya kiuhasama, au kiurafiki, hutegemeana na utii wenu kwavyo vipengelee vya agano hilo.

Neno agano litumikalo katika biblia kwa Kiingereza ni neno 'covenant' ambalo latokana na neno la Kitaliano 'con venire' limaanishalo 'kuja pamoja.' Neno la Kiebrania ambalo hutafsiriwa kama agano ni neno 'berit' ambalo katika tanakh limejitokeza kama mara 280. Katika agano jipya la mwisho neno la Kigiriki litumikalo ni 'diatheke' ambalo limetumika takribani mara 33.

Asili ya neno berit la Kiebrania yaonekana kuleta mabishano, huku wengine wakidai latokana na desturi ya 'kula pamoja' kama ionekanavyo katika Mwanzo 26:30, 31:54, wakati wengine hufikiri chimbuko lake ni kukata mnyama, na husasani kumkata nusu kama ionekanavyo katika Mwanzo 15:18. Wengi wanafikiri neno sahihi ni wawili au zaidi kuja pamoja (bond)[3]. Wagiriki katika agano jipya la mwisho hutafsiri neno lao diatheke kama kuagiza, au kutoa kwa ajili yako au wengine. Kwao haupo usawa kwa waingiao makubaliano ya mkataba wa agano.

Maagano haya ya kati ya mtu na Mungu hujulikana kuwa matakatifu (sacred). Agano takatifu hubeba ahadi (promises) za baraka (benefits) kwa utii, na laana (damages) kwa ukiukwaji wa kipengele, au kwa uvunjaji walo. Maagano mengine ni ya masharti (conditional) yahitajiyo upande mmoja kutenda jambo fulani, ndipo naye atende jambo fulani (toraha). Pia yapo ambayo hayana masharti (unconditional) wala uhitaji wa utendaji toka upande wa mtu (agano la Abraham). Kiapo (vow) pia hujulikana kama aina ya ahadi ya kiagano kati ya mtu na Mungu wake, tokea ridhaa ya mtu kwa binafsi yake.

Maagano yote mengine kati ya mtu na mwenzi wake, hujulikana kama ya kawaida (common). Haya yako ya aina mbalimbali: yako ya kijamii kama ndoa (katabah), au ya kibiashara kama kuuziana ardhi (deed), au hata ya kisiasa kati ya nchi na nchi (treaties) nakadhalika. Kila kubaliano la agano kama ilivyo mikataba yote mingine; huwa-funganisha wahusika wake (binding) katika muda wote kwa kadri ya maelekezo ya hilo, ndani ya vipengele walivyo kubaliana.

Hivyo basi, agano na Mungu humaanisha uwepo wa Mungu YAHWEH na mtu katika makubaliano ya hiari, tena mtu aliye na akili zake timamu (solemn), na afanyaye uchaguzi/ uamuzi huo kwa ridhaa yake binafsi. Makubaliano hayo ndiyo mkataba ulio na vipengele mahususi, ambavyo pande hizo hufanya agano hilo kuvitii. Vipengele hivyo huwa aidha kwa maneno ya kutamka hadharani, au kwa uandishi, kama ahadi za kila upande kutekeleza. Vipengele vya ahadi hizo, huweza kuwa yale yampasayo kila mmoja kutenda (wajibu), au kutotenda (majukumu), dhidi ya mwenzi wake.

Kadri kila upande utekelezavyo ahadi hizo, agano hubaki limesimama, ila pale mmoja wapo anapo zikiuka, humaanisha agano limevunjika. Kuvunjika kwa agano hupelekea utekelezaji wa athari zake, ambazo huweza kuwa vita, ufukara, maradhi nakadhalika. Kule mashariki ya kati, ni desturi pale agano linapo vunjika kwa uhalisia walileta vigae vile ambavyo kwavyo agano hilo lili-andikwa (kama ulikuwepo uandishi), lakini kama ni kwa utamkaji tu, hata chombo cha udongo mfinyanzi huweza kuletwa na kuvunjwa mbele ya mkosaji, kuashiria kuto-kuwepo tena kwa makubaliano ya mkataba wa kiagano kati yao. Hiki ndicho Mosheh alicho fanya alipo-shuka toka mlima Sinai mbele ya Yisrael. Kwisha kufanya hivi, hufuata utekelezaji wa vipengele vitajavyo athari za uvunjaji wa agano (enforcement of damaging consequences) hilo.

Katika utafiti wa kitaaluma kule mashariki ya kati, wamegundua desturi za kale katika ufanyaji wa maagano kuonyesha mila mbalimbali kutumika katika uwekaji wa kiapo hicho. Mila hizi ni zile zenye maana maalumu katika jamii za wakati huo, ambako iliyo kuu kuliko zote ni kuliita jina la Mungu wako kama shahidi. Pamoja nayo hii ni kubadilishana makoti, kuchanganya damu, utumiko wa chumvi, na hata kafara kutolewa.

Upigaji wa mhuri (seal) ulio uwekaji wa sahihi, ulikuja baadaye, lakini umeendelea mpaka leo hii. Na baada ya yote haya, ndiyo mlo kwa wote walio hudhuria uandaliwa. Pia siyo jambo geni kwa baada ya kitambo kupita, kwa pande mbili hizo kujikumbushia (renewing) na kuthibitisha (confirming) agano lililo kati yao. Yisrael walifanya kujikumbusha uongozi ulipo badilika toka kwa Mosheh kwenda kwa Yehoshua, na Yehoshua kwenda kwa makabila 12.

Katika kukata agano, ni kiapo cha damu kilicho tumika. Ni hivi ili kuthibiti maneno ya matamshi ya hao wafanyao agano katika uhai mpaka mauti. Katika zama hizo, agano husindikizwa na maneno ya kiapo wasemayo kwa matamshi ya kusikika, na ya kurudia kila wakati waivukapo damu ya ahadi iliyotoka kwa mnyama aliye chinjwa kwa ajili hiyo. Maneno hayo ndiyo ahadi za vipengele vya mkataba wa makubaliano hayo kuwa agano kati yao milele. Kiapo cha maneno hutajwa chini ya jina la mkuu zaidi ya wahusika katika fungamano hilo. Hivyo kiapo makini kule Yisrael kilifanyika katika jina la Mungu YAHWEH.

Kisha kufanyika agano na kiapo, ndipo pande hizo hubadilishana makoti na silaha. Kwa koti ilimaanisha atakaye kuona wewe, ameniona mimi. Na kwa silaha ni apiganaye nawe, hupigana nami, naye apiganaye nami, hupigana nawe. Agano hufungamanisha pande hizo, au watu hao kwa vizazi vyote. Ni kifo tu ndiyo humtoa mtu nje ya agano, na hakuna jinsi ya kutengana kwa vizazi vyote.

Maneno katika makubaliano hufanyika mkataba, ni ujumlisho wa maneno hayo, makubaliano hayo, na mkataba huo, kwa pamoja na matendo yote ya kidesturi, ndipo agano hupatikana. Katika agano la Abraham, ahadi ya nchi itiririkayo maziwa na asali (msemo wa Kiebrania kale), ilitolewa pasipo masharti. Katika toraha kupewa huko kulifafanuliwa zaidi kwamba, ni kwa taifa lake teule pekee kuishi humo.

Hivyo pale wanapo livunja agano la awali, yeye huwatoa nje kwa miaka 70, iliyo kipindi cha adhabu yao (damaging consequances), kwa kadri ya vipengele vya tanakh. Wao wakiwa nje, uwezo wa kuzalisha wa ardhi hiyo husimamishwa mpaka awarudishe (ardhi huingia Shabath ya pumziko lake). Pale wamalizapo adhabu na kutubu, yeye huwarudisha tena katika nchi yao ya ahadi. Ndani ya vipengele hivi vya agano, adhabu hii inayo mwisho wake.

Katika mfano huu mfupi, siyo tu umeona jinsi agano la Abraham na agano la Mosheh yalivyo mwendelezo wa jambo moja kwa ufafanuzi wa kina zaidi, lakini pia umeona agano la awali (agano la kale) ni mkusanyiko wa maagano kadhaa, kwa utofautisho na hili agano jipya la mwisho, lilo moja na pekee yake milele. Hivyo kifupi sana; umeona toraha (agano la Mosheh) ni maboresho ya agano la awali (agano la Abraham), ili kuhakikisha aishiye Yisrael yuko katika utii wa agano naye kama Abraham alivyo kuwa. Ni kwa jinsi hii pekee, stahili ya kufaidika na ahadi za baraka kiagano hupatikana.

Tazama neno hili na kuwa makini nalo mpendwa, kwani nasi mara nyingi humu hufanya hivi pia: maagano yote ya biblia ni mwendelezo wa lile moja la awali katika vipengele vyake vyote. Pia tokea ushahidi wa maandiko matakatifu, hili jipya lisimamalo leo ndiyo la mwisho. Sasa basi, agano la awali lilikuja kuweka msingi, na kufanya tafsiri za kila kitu na jambo maandikoni. Hivyo wewe msomi wa hili jipya la mwisho, hufikiriwa na waandishi wake kuwa; ni yule-yule alijuaye lile la awali. Tafakari

Kama chimbuko la neno baraka, hutaja yale mema pekee yanayo kufaidisha, tena yakitokana na utii wako katika agano kati yako na Mungu. Kama hivi ndivyo, je walio nje ya maagano hayo ni walaaniwa? La hasha! Mahusiano yao hao na Mungu YAHWEH ni ya kawaida (common). Hawa huishi chini ya baraka ile ya kutawala wote na vyote duniani iliyo ya Adam. Hata ndoa itokanayo na baraka ya zaeni mka-ongezeke, iko huku (na ndiyo kisa na mkasa wa sisi kushindwa ku-iita aidha takatifu, au kuruhusu kanisa kuithibiti, bali muumini kuitii toraha). Hii ya Adam ndiyo baraka pekee iliyo nje ya mahusiano, na ukazo wake au ukumbushio wake (renewing), uko kwa ile ya Noakh. Dhana ya jinsi ya kuhusiana na Mungu YAHWEH; ilitafsiriwa baadaye sana na toraha pamoja na injili, na huku siyo kusema Adam na Noakh hawakuwa na mahusiano na Mungu YAHWEH.

Walio nje ya agano la Mungu na mtu, wao wako pia nje ya mfumo wa baraka (blessing) na laana (curses) za kiagano za wale walio na mahusiano na Mungu YAHWEH. Hivyo maisha yao hawa hutegemea bahati (lucky), na matukio kwa kadri yatokeavyo maishani mwao (fate). Kutokana na uwepo wa dhambi duniani, hivyo laana hutawala zaidi maisha yao kuliko baraka. Lakini usiwe mjinga katika hili, kwani mkono wa Mungu hutenda kwa apendavyo hata kwao hawa, kuifikisha Dunia pale aipelekapo.

Baraka

NI KWALO HILI[4] dhana nzima ya maisha ya Mbinguni duniani shuruti ieleweke, ili tafsiri ya nia ya Mungu kupitia maagano haya, iwe bayana. Ni nia ya Mungu kwa maagano hayo uwe mtii (kimatendo) hata uishinde laana kwa baraka yake iliyo katika mahusiano (kiimani). Ni tokea mzizi huu wewe utaona hitimisho la somo ni imani kuwa mzizi wa kila tendo lako, hata uitwe mbarikiwa maishani. Kwa kufanya hivi toraha ya kimwili hugeuka injili ya kiroho, ijapo kuwa neno la Mungu bado ni lile-lile.

Kama tulivyo tafsiri mara hapo juu kuwa; baraka ni yale mema yanayo kufaidisha yakitokana na utii wako katika agano kati ya mtu na Mungu YAHWEH. Hivyo basi, baraka huwa utimilifu wa kila hitaji la mtu kwa kiwango mpaka kuzidi uhitaji, na tena kutosheleza hata vile wenzi wako wahitajivyo. Kwa jinsi hii baraka hukuchukulia wewe uliye amini kuwa; mlango, njia, na nuru ya kweli inayo dhihirisha utajirisho wa kiagano leo hii hapa duniani. Hili ni muhimu sana kwa Mungu YAHWEH!

Yisrael aliahidiwa baraka (nchi itiririkayo asali na maziwa), kama atabaki katika utekelezi wa maagano yake na Mungu, na laana kama atalivunja agano hilo. Kwa kuwa maagano yao yalikuwa kati ya mtu na Mungu, basi uwezekano wa kuvunjika ulikuwepo, mpaka alipo kuja Mashiah wao Yeshua Mwana wa Mungu. Hivyo sasa wao Yisrael na sisi Kanisa katika Mashiah Yeshua, tunalo agano jipya na la mwisho lilo andikwa akilini mwetu, kwa utekelezaji kupitia maongozi ya Ruak wake. Ni kwa jinsi hii baraka za agano hili; ni hakika na pasipo shaka ya uvunjikaji tena, kwani agano hili ni kati ya Mungu Baba na Mungu Mwana. Amin

Ni itikadi ya kitabu chako hiki kwamba, Adonai Yeshua alitukomboa kiroho kwa maisha ya milele, na kimwili kwa siku za Mbinguni hapa duniani. Na kwamba hizi ndizo pande mbili za ukombozi mmoja, ulio tufikia waumini kwa neema kupitia imani yetu kwake. Na kuwa hapa (tunapo jifunza somo hili) tupo katika upande wa neema ya ukombozi wa kimwili kwa siku za Mbinguni hapa duniani. Nalo hili huwezekana tokea utii wa kiimani na kimatendo kwalo agano jipya (toraha ya kiroho). Tokea umakini wa ufunzaji wake haya awali, sisi huyarejelea pasipo shaka tena ya uelewa wako.

Kwa jinsi hii hakuna jipya tusemalo hapa, bali kuwatajia uelewa ule wenzetu wa kale walio kuwa nao kuhusu faida za utii wa agano, hata kufaidi baraka zake, na athari za kuvunjika kwa agano, kunako leta uachio wa laana zake. Ni kwa jinsi hii kwa sasa tunalo agano bora zaidi (lisilo weza vunjika hata laana zake zije juu yetu), na pia hakika ya maisha ya milele na YAHWEH (ukombozi wa kiroho) washinda mara lukuki ukombozi ule wa kivuli toka utumwa wa Farao (ulio kuwa ukombozi wa kimwili) kule Misrayim.

Utajiri

KAMA HIVI NDIVYO MAAGANO kati ya Mungu na mtu yalitakiwa kutenda, basi tunakuwa sahihi na ni hakika kwetu kusema: nia ya Mungu YAHWEH kwa watoto wake walio watii (yaani wampendao), ni kuwajaza baraka zake. Hili ndiyo ukamilifu wa utajiri wao, na uingio wao katika pumziko la nchi ya ahadi, nchi itiirikayo asali na maziwa. **Katika agano jipya, hiki ndicho tumaini letu kwako, na tegemeo letu kwake kwamba, nawe kanisa uzungumzaye Kiswahili katika Kristo Yeshua, uingie katika pumziko lake hili, alilo-kuandalia tokea kuwekwa kwa misingi ya ulimwengu**. Amin

Kama tulivyo sema awali kwako usiye kombolewa; baraka au laana za kiagano hazikuhusu, kufanikiwa au kuto-fanikiwa kwako, ni matokeo ya matukio yanayo kutokea maishani mwako. Lakini kwako wewe mkombolewa, baraka ndicho pekee ulicho itiwa utiini (upendoni). Kwisha kusema hivi, sasa shuruti iwe bayana kwako muumini kuwa: kamwe haipo bahati-mbaya ya kutokewa na laana, sababu wewe unajua vipi hili hukutokea.

Hebu tufanye kwa ufupisho mkuu sana mafundisho ya madhara ya dhambi kwako muumini (hili hali-mhusu asiye amini). Pale unapo teleza na kuangukia dhambini, ijapo kuwa umetubu hapo-hapo, lakini madhara yake, au ujira wa dhambi hiyo, huwa ni kujiunganisha na laana (kwa kipindi kifupi sana mpaka ujira wake umekamilika). Msamaha wa dhambi ulio kuja kwa ukombozi, ni kwayo mauti ya milele, ufukara, na maradhi, na kamwe siyo madhara (consequences) yatokanayo na dhambi hiyo.

Mtu kwa toraha hutakiwa kuwarejeshea alio wadhuru hicho alicho twaa tokea kwao (pale inapo wezekana). Na kama kwa hilo alivunja sheria ya nchi, basi hustahili adhabu hiyo kifungoni au malipizi (fine). Na kama madhara yake ni uchafuzi wa jina lake katika jamii anayo ishi, basi aibu hiyo hubaki naye mpaka miaka mingi ya uadilifu makini ipite. Yako mengi kwalo hili, lakini haya yanatosha kuonyesha vipi laana huweza ingia kazini kwao walio ndani ya agano lilo hai (valid), yaani halija vunjika.

Chungua maandiko mpendwa uone, maneno bahati-mbaya (concidence, bad lucky) kama vile neno kustaafu (retirement) eti kwa sababu ya uzee (hivyo ni dhaifu), hayapo maandikoni. Kila ampendaye Mungu YHWH amezingwa na baraka, kwa sababu huyo ndiye mtii wa maelekezo yake. Neno baraka kwa aliye kombolewa hubeba maana nzima ya maneno utajiri na mafanikio (ushindi), kama vile neno laana libebavyo maana nzima ya neno ufukara na kutofanikiwa (kushindwa). Hiki tunacho kufunza hapa ni kikuu kiasi kwamba, wewe muumini pasipo kufaidi ahadi za baraka kiagano (utajiri) katika imani na utii wako, ni kosa la kushindwa kuchukua stahili yako kwa ajili yako, na ya wale YHWH alio kutengea.

Sisi tutakuwa wajasiri na kusonga mbele kutamka hili: bahati-mbaya (misfortune) katika maisha yako leo hapa duniani mkombolewa, ni matokeo ya chaguzi zako kwa kutojua nini ni urithi wako katika utumiaji wa nguvu, uwezo, na mamlaka yaliyo katika jina la Adonai Yeshua Kristo. Je hakukupa wewe muumini jina lake kulitumia kwa sababu hizo zote? Kwani wewe bado kuvisikia vipengele hivi 3 vya ki-ahadi katika agano lake na Baba kwa niaba yako: -

1. Yokhana 14:13-14 ... *Na chechote kile nyie mtakacho omba katika jina langu, hicho Mimi nita-kifanya, ili Baba {Mungu} aweze pewa utukufu katika Mwana. Kama wewe utaomba chechote katika jina langu. Mimi nitafanya [hilo]. ...*
2. Yokhana 15:16 ... *Kuchagua*[5] *nyie hamku-nichagua*[6] *Mimi, ila Mimi ndiye niliye wachagua*[7] *nyie, na kuwateua {kuwaweka} nyie, kwamba mwende na kuzaa matunda, na matunda yenu yabakie {yadumu}: ili chechote kile nyie mtakacho omba kwa Baba {Mungu} katika jina langu, yeye aweze wapeni nyie. ...*
3. Yokhana 16:23 ... *Na katika siku hiyo nyie hamta-niomba Mimi kitu chechote. Hakika, hakika, Mimi nasema kwenu, Chechote kile nyie mtakacho muomba Baba {Mungu} katika jina langu, yeye atawapeni nyie [hicho]. ...* Amin

Mungu ha-angalii utii kwa matendo yako pekee (injili-toraha), bali husoma maana zake hayo matendo yako tokea dhamira iliyo nafsini mwako (belief), kupima kiwango cha imani ya uwezo wake kwako (faith). Ni hili la kiroho katika hakika yake (trusting), hukuingiza wewe pumzikoni mwake, kusubiria kwa imani utokezi wa hilo unalo muaminii yeye akusaidie maishani.

Yeshua alilipigia kelele jambo hili-hili kwa Matityahu 23:23 na Luka 11:42. Katika Matityahu unaona zaka shuruti iende pamoja na imani hata katika agano la awali, na kwa Luka zaka hiyo ingefundishwa kama tendo la upendo (kumchagua) Mungu, na siyo makusanyo ya mali na fedha hekaluni kwa utekelezaji wa toraha pekee.

Mahusiano ya hakika (kwamba utapokea) na mahusiano ya tumaini (pale uombapo) katika Mungu YAHWEH pekee, huleta utajirisho maishani mwako. Hofu na mashaka ni udhihirisho wa kutokuwepo pumziko (imani) ndani yako, kwamba wewe waafiki (unapo ogopa), ulaghai wa satani kuliko kweli ya neno la Mungu. Hakika (trust) ya imani (faith) huja kwa kukata shauri nafsini mwako kumuaminii (believe) Mungu YAHWEH pekee, tena katika jina la Adonai Yeshua Kristo. Sisi huiona baraka (ushindi) na laana (kushindwa) maishani mwako, katika vigezo hivi pekee (Iyob 36:11). Imeandikwa kwa Waebrania 10:38; mwenye haki shuruti uishi kwa imani. Tafakari

Kila ahitajie baraka shuruti ajiunganishe na Mungu YAHWEH mahusianoni katika Adonai Yeshua Kristo. Kila unapo tilia shaka sala yako, au kweli ya neno la Mungu, kama atatenda hilo au lah, basi wewe kwa ridhaa yako umechagua kujiunganisha na uongo wa ibilisi kwamba, neno la Mungu siyo kweli itendekayo wakati wote. Ni tokea utambuzi huu rahisi, sisi tunatamani wewe uamini na kusali kwalo andiko lile ulilopewa mwanzoni mwa somo hivi:

II Wakorintho 8:9 ... *Kwani nyie mwaijua neema ya Adonai wetu Yeshua Kristo, kwamba, ijapo kuwa yeye alikuwa tajiri {mwenye mali sana}, bado kwa ajili yetu yeye alifanyika maskini {fukara}, ili nyie kupitia umaskini {ufukara} wake muweze kuwa matajiri {wenye mali sana}. ...*

YAHWEH Mungu wangu, mimi kwisha kupokea nuru ya habari yako hii njema mpaka hapa, nakuja mbele zako katika jina la Mwanao Adonai Yeshua Kristo, na kupitia neema yake, naomba unihesabie utii wa maagano yote, hata unistahilishe baraka zilizoko humo kwa ajili ya mafanikio na utajiri maishani mwangu.

Najua sasa kuwa, wewe watambua mahitaji na matamanio yote ya moyo wangu. Na zaidi-zaidi naamini unanijali mimi kuliko ndege wa angani, au maua ya makondeni. Baba niruhusu kwa neema nipokea ubadilisho wa kuutoka ufukara huu, hata nipokee utajiri mkuu wa Adonai wangu Yeshua Kristo, kama ilivyo rekodiwa kwa ajili yangu katika II Wakorintho 8:9.

Ni lengo la maisha yangu (1) kutimiza yote uliyo yapanga juu yangu hapa duniani, na (2) kuwa mkono wa usaidizi wa Mungu kwao wote ulionipa tokea wingi wa utajiri huu unao nipatia leo. Naomba haya mawili nikiaminii wewe una-nisikia, na una-nipenda, naomba katika jina la Mwanao Mpendwa, na Mkombozi wangu Adonai Yeshua Kristo. Naomba haya kwa kadri ya maandiko ya Yokhana 14:13-14, 15:16, & 16:23. Napokea! Napokea! Napokea! Amin

Je kipo kilicho badilika mifukoni mwako katika nukta hii ya kumaliza kusali sala hii? La hasha! Tazama mkono wa Mungu YAHWEH umeingia kazini tokea sasa kwa kadri utakavyo dumu katika imani hii, ukimshukuru na kuenenda maishani ukitarajia kwa kusubiria pumzikoni mwake utimilifu wake haya yote. Mpendwa, usimwendekeze ibilisi satani kabisa, wewe tuamini sisi, kwani tunajua tusemalo, na wewe umeshateseka vya kutosha chini yake, na leo hii ndiyo siku ya uachio wako (jubilee) umefika.

Kama haya yamebadili mtima wa fikra za mtizamo wako maishani, basi wewe ni mtu mpya, wewe siye yule adui amjuaje akimburuza kama kanyagio la miguu mlangoni. Wewe umekaa kwenye kiti cha enzi na Baba Mungu katika Kristo Yeshua, na huyu ibilisi satani ndiye stuli ya kanyagio la miguu yako muumini, kwani wewe ndiyo mwili wa Kristo. Huku ndiko kuinuka katika urithi wako, Mungu alio uandaa tokea kuwekwa kwa misingi ya ulimwengu.

Sasa basi, sisi huona tafsiri ya utajiri ni kutokuwepo kabisa kwa uhitaji usio weza kuufikia, na pia ni utimilifu wa kila jambo na kitu chema (kwa kadri ya mtizamo wa Mungu YAHWEH) maishani mwako. Na baraka ya utajiri ni hekima, maarifa, uelewa, afya nzuri, familia njema, shalom, marafiki wa kweli, mafanikio makubwa kiuchumi (yaani fedha, vitu na mali). Pia unalo jina jema lenye ushawishi katika jamii uishio (ukiwa kichwa na siyo mkia - kiongozi), uwezo wa kusaidia wahitaji wote wanaofika mbele zako, na uwezo wa kuchangia ufikisho wa injili pale ihitajikapo. Nawe ni tajiri wa imani ukitambua kwamba, yote na vyote hutoka kwa YHWH kwa ajili yako wewe kumpa yeye utukufu, na kufurahia maisha pamoja naye leo na kesho katika milele yote. Amin

Katika mahusiano na Mungu YAHWEH; haupo mwisho wa uachio wa mafanikio (success), utajirisho (prosperity), ushindi (victories), na ukiranja (headship) kwa kila kitu na jambo hapa duniani. Hiki ndicho sisi wapendwa wako tulengacho shabaha juu yako. Hili li-litamkwa hivi na III Yokhana 1:2 ... *Mpendwa, mimi nasali kuhusu mambo yote kwamba wewe uweze fanikiwa {katika shughuli zako} na uwe na afya njema, tena kama roho yako inavyo fanikiwa.* ... [msisitizo kwa kupigia mistari ni wetu].

Hata andiko hili lina-tuonyesha aina tatu (3) tu za utajirisho kwako mpendwa hapa duniani: -

1. Aina ya kwanza kwa mlolongo wa utajo ni ule alio uita kwa ufupisho: '*kwamba wewe uweze fanikiwa {katika shughuli zako}*,' yaani utajirisho wa kimwili tokea baraka zilizoko kwenye kazi za mikono yako. Hizi ndizo hupelekea siku za Mbinguni leo hii hapa duniani.
2. Utajirisho wa pili kwa mlolongo wa utajo wake hapo juu ni '*afya njema*' ili wewe uweze kufaidi baraka za utajiri akupazo YAHWEH Mungu wako (Mhubiri 5:18-19).
3. Na aina ya tatu ya utajirisho kwa utajo huo hapo juu ni '*roho yako inavyo fanikiwa*.' Ni fikra zetu kwamba, huu ndiyo utajirisho wa kiroho unao dhihirika kupitia karama 9 za Ruak HaKodeshi, na matunda yale tisa (9) ya kiroho ndani mwako; yaani upendo {agape}, furaha {uchangamfu, ucheshi}, shalom {hakuna kinacho kosekana: amani, mafanikio, usalama, utulivu,ustawi n.k}, uvumilivu (katika subira}, staha[8] {hadhi, adabu}, wema {tabia nzuri, kusaidia wengine}, imani, upole {kuto-jikweza, unyenyekevu}, kujizuia {kuwa na kiasi} - Wagalatia 5:22-23).

Katika haya yote Mkristo, hakuna lilo kuu zaidi ya utajiri uletao ushindi na mafanikio, siyo kwako pekee, bali kwa familia yako na jumuiya nzima ya waumini wenzi wako. Ushawishi wake mwenye uwezo, husikilizwa na wanasiasa watunzi wa sheria za nchi. Mpaka lini utaendelea kuwa kipofu wa hili? Je hauku-sikia kwa Adam kuwa; tunayo mamlaka na nguvu juu ya wote na vyote? Je pasipo pesa mkononi mwa wumini, nani alipiye gharama za usambazo, na ufikisho wa injili katika kizazi hiki kipya cha dot.com?

Ni tokea mafanikio na ushindi, vilivyo pacha wa utajiri, wata-kuuliza: haya yawezekana vipi? Je ipo nafasi ya kumtolea ushuhuda Mungu YAHWEH ishindayo hii? Sasa nenda ukakae na ufikiri vizuri haya anayo kufunza wewe mpendwa wetu kanisa uzungumzaye Kiswahili. Sisi tumetumwa kwako, kwani sisi tu mabalozi (ambassadors) wake, kati yetu tu-zungumzao Kiswahili.

Asili ya Utajiri

Pale tulipo kuwa tukifanya tafsiri za maneno agano, baraka, na utajiri, tulikuwa pia tuna-onyesha vipi sisi tume-hukumu utajiri kuwa ni nia ya Mungu YAHWEH maishani mwako muumini wa Kristo. Pamoja na hilo, tuli-kuonyesha jinsi mlolongo wa asili ya utajiri unavyo tokea maandikoni, kila kimoja kiki-pelekea mwenzi wake. Yaani agano hufungasha baraka kama sehemu ya vipengele vyake (mitzvot) katika utii, na katika baraka hizo ndimo aina za utajiri zilipo orodheshwa hata kutambulika, na kwa imani sisi huzivuta hizo kutokeza maishani mwetu.

Kwa lugha nyingine waweza sema haya hivi: utajiri ni matokea ya kimwili ya baraka awezayo mtu kuona na kutambua, wakati baraka ni jambo la kiroho, na zawadi kwao wote wanao mtii (mpenda) Mungu YAHWEH. Hivyo agano ndiyo mfumo unao tumika kufikisha baraka kwa wale walio wake pekee. Kwa sisi kusema hivi tuna-zungumzia utajiri ule utokao kwa Mungu YAHWEH, ule ukupao amani ya nafsi hata ulale usiku kama mtoto mchanga, ule usio hitaji malimbikizo, bali ugawanyaji wake kwao wahitaji.

Je liko jingine lilo bakia kuendelea na mada hii ndogo tena? Ndiyo, tena mengi kupindukia tokea yeye atuongozaye. Kama utii wa vipengele vya agano vilivyo maandiko matakatifu ndimo mmehifadhiwa utajiri wako, basi tuivunje-vunje dhana hii ya utii (obedience, observe, keep) katika vipande vidogo-vidogo kabisa, hata iwe rahisi kueleweka na kanisa zima lizungumzalo Kiswahili, ili sote tuitekeleze pasipo kupitiwa tena, au kuikosea.

Upendo wa kiungu (agape) hudhihirishwa na utii, kwani katika huo ndiyo wewe humchagua Mungu YAHWEH kama alivyo tufunza Mwana wa Mungu na Mkombozi wetu Adonai Yeshua Kristo, pale alipo sema kwa Yokhana 14:15 ... *Kama nyie mwanipenda Mimi, zitunzeni {zitekelezeni, zitimizeni} mitzvot {maelekezo, amri} zangu. ...*

Wote sasa shuruti tunajua kuwa, asili ya utajirisho ni baraka za kiagano toka utiifu wako wa vipengele (mitzvot) vya agano hilo. Je asili ya uwezo wa agano kutimilisha hayo ya baraka ni nini? Ni uwezo wa Mungu YAHWEH. Je Mungu YAHWEH hutumia nini kutimilisha hilo? Hutumia utukufu ulio jiunganisha katika maneno yake (vipengele vya agano), kuyatimiza hayo kwa imani kila iachiwapo kuchota kwayo baraka za kiagano. Uachio huu wa imani yako Mkristo, shuruti uelekezwa kwayo ahadi iliyomo katika kipengele hicho cha ki-agano. Ni hivi kwa maneno yako yote, na kwa matendo yako yote, ukitenda haya ya neema kwa imani, tena katika jina la Adonai Yeshua Kristo pekee.

Baraka za kiagano ndizo asili za mafanikio ya utajirisho wote duniani. Baraka ni tofauti na pesa; sababu pesa huchukua thamani ya kile kihitajikacho pasipo yenyewe kuweza kuwa hicho. Lakini baraka huchukua umbo na hali ya hicho kihitajikacho, na kupitia hiyo, hupelekea hicho kuwepo. Katika zama hizi za agano hili jipya la mwisho, baraka hufanya kazi kwa imani kupitia neema. Hivyo neema ndiyo uhalalisha haki ya upatikano wa baraka, wakati imani ndiyo nguvu kiunganishi uachiayo kuifikia baraka, na kuchota toka hiyo utajiri uhitajikao maishani mwako. Na haya yote hufanya kazi kwa upendo wako kwake Mungu YAHWEH.

Kama hii ndiyo kanuni ya utajiri kwa Yisrael na Mkristo, je utajiri kati yao wale wasio amini kwa Mungu YAHWEH watoka wapi? Uumbaji ndiyo uliweka utajiri wote uonekanao humu duniani, na kwa agano la Adam, utajiri huo wote ulipewa kwa wana wa Adam hata kabla ya agano la Abraham, Mosheh au Yeshua. Utajiri huu wa duniani kwisha Adam kuasi, ulihamia mikononi mwa ibilisi satani (Matityahu

4:8-10). Ukombozi huu wa kiroho leo, ulileta urudisho wa utajiri huo katika mikono ya waumini wake pekee. Hivyo katika zama hizi utajiri una sura mbili; utajiri wa pumzikoni kupitia YHWH, na utajiri wa tabu, mahangaiko, na mashaka toka humu duniani, ulio milki ya satani. Utajiri huu wa pili siyo laana, lakini ni wa kawaida (common).

Kama hivi ndivyo, sasa iko wapi faida ya utii wetu, na imani yetu sisi wana wa YHWH hapa duniani? Ni nyingi kupindukia! Utajiri wako muumini ni kwa urithi wa haki yako, tokea kile kilicho chako, nao huo siyo wa kawaida, ni zawadi toka kwa YHWH. Utajiri huu tunao kufunza hapa kuufikia, siyo ule wa mahangaiko na tabu, hata ukose usingizi kwa wasiwasi wa kudhulumiwa au kuibiwa. Nira yetu ni laini, na mzigo wake ni mwepesi, kwani wewe hupokea ukiwa pumzikoni. Pale mtu atendapo, YHWH huingia pumzikoni akisubiria wewe uchoke au utambue kosa na kujirudi, lakini pale wewe uingiapo katika pumziko, uki-muaminii na kumtumaini yeye pekee, basi yeye huingia kazini akiamuru hitaji lako hilo kutokeza kwako.

Pia mpendwa kumbuka kuwa; baraka ziletazo utajiri wa mali na fedha, ndizo hizo-hizo zinazo kuletea pia utajiri wa afya hata uweze ishi maisha marefu ukifaidi utajiri huo. Hivi ndivyo ukombozi wa siku za Mbinguni huji-dhihirisha hapa duniani, tena pasipo kusahau maisha ya milele yajayo kwisha kupita siku hizi za Mbinguni hapa duniani. Je bado uko uhitaji wa sisi kuorodhesha zaidi faida za utajiri wa YHWH dhidi ya huu wa kidunia? Hapana, imetosha!

Kila sisi tunapo ona watu wengi waki-jilimbikizia utajiri wa kawaida wa kidunia, na hao kuchukua pia ushawishi katika jamii zetu, kitokeacho ni usambazo wa uongo wa adui dhidi ya kweli hii ya Mungu. Watu hawa hawana amani ndani mwao, na utajiri wao hutumiwa na adui kama kigezo cha ku-ikandamiza agenda ya YHWH kati yetu tuzungumzao Kiswahili. Katika hili sisi hujawa na hasira-chungu ya haki ya YHWH (righteousness indignation), pale maelfu ya kaka na dada zetu wanapo hubiriwa kila Sikumosi tokea mimbari za masinagogi yetu kukumbatia ufukara, eti wawe kama

Yeshua alivyo kuwa[9], tena wakidhani hiyo ni ishara ya upendo wao kwa YHWH.

Hili lina-tuumiza sana roho, kwani utajiri wote huu wanao acha kujichukulia, ungetumika vema kulipia gharama za usambazaji wa injili katika vizazi vyetu. Ufikisho wa injili kwa kila anaye zungumza Kiswahili, ndiyo agenda ya YHWH, na hivyo ndiyo agenda yetu humu, na wengi wengine walio katika vita hii pamoja nasi. Kama usambazo wa uchungu huu umekufikia wewe pia leo hii, basi nawe enenda na uwanunulie walio wako wote kitabu hiki (wakifika hapa watatambua; ni nini hicho wewe ulimpatia zawadi ya kitabu hiki naye atende). Hata sisi hufanya hivyo, kwani asilimia 60% ya mauzo (gross sales) ya kitabu hiki hurudishwa katika uchapishaji, usambazaji na matangazo yake kufikia kila gereza, kila hospitali, kila chuo, kila maktaba, kila shule, na kila nyumba Kiswahili kinapo zungumzwa. Karibu mpendwa katika Huduma ya Kristo!

Tazama, katika hili sisi hatukutumwa kuja kusononeka pamoja na wewe, la hasha! Sisi tumetumwa kuivunja-vunja ngome ya adui yako. Tumekuja kuisambaratisha na ku-kutangazia yobeli (jubilee) ya uachio wako toka ukandamizaji wa ufukara (Walawi 25:8-10). Wala usifikiri labda tumetumwa kuja kusali na wewe kama kawaida, la hasha! Sisi tumekuja kuku-chukua kwenda kudai kwa nguvu, mamlaka, na uwezo kupitia jina la Adonai Yeshua Kristo, vyote adui yako alivyo kuibia miaka yote hii.

Tunadai urejesho wa mara 4 ya kile ulicho ibiwa, aidha kwa uzuio wa baraka hiyo kukufikia, au kwa kukutega uanguke hata uikose, na hata kwa kutumia walio wake ku-kudhulumu. Msingi wa haki wa dai letu hili ni vipengele vya kiagano tokea rekodi za Kutoka 22:1, Luka 19:8, na II Shemuel 12:6. Leo naitaka haki yangu, tena irudishwe yote mpaka nukta yake ya mwisho, sasa hivi, kwa sala hii: -

Baba Mungu, mimi ni mwanao .... (taja majina yako rasmi mawili) **ninaye kuja mbele zako katika jina la Kaka Mkubwa (Mzaliwa wetu wa Kwanza Kwako) Adonai wangu**

Yeshua Kristo. Baba naleta shtaka dhidi ya satani lucifer na genge la ibilisi wake. Hawa kwa mbinu, hila, ulaghai, na uonevu ulio kithiri, wamefanya vita dhidi yangu kwa miaka mingi. Wame-niangusha sana, na kui-kandamiza haki kwa majaribu na mateso mengi kwangu.

Kwa kadri ya vipengele vya agano lako jipya na Adonai Yeshua Kristo, mimi mwanao naomba mbele zako haki ya utekelezi wa vipengele vya kiagano kwa maandiko ya Kutoka 22:1, Luka 19:8, na II Shemuel 12:6. Naomba heshima ya kiti chako cha haki ikazie urejesho wa vyote baraka ilizo tangaza umiliki wangu kwavyo, na bado satani na ibilisi wake wakapora.

Kwa kuwa dai langu hili ni kwa vile vilivyo tendeka katika anga za kiroho, basi naomba uwakili wa Kaka yangu Adonai Yeshua Kristo, kuvitaja hivyo vyote pasipo kuacha chechote alicho iba kwa kuzuia, au kupora satani na ibilisi zake. Aidha hivyo ni vitu, au ni mali, au ni fedha, au ni mume/ mke, au ni watoto, au ni hekima, au ni maarifa, au ni marafiki, au ni elimu, au ni mafanikio, au ni ardhi (shamba/ kiwanja), au ni ushindi, au ni afya, au ni mafanikio, au ni utajiri na vyote vingine kwa kadri ya utajo wake Adonai Yeshua Kristo.

Kwa kuwa msingi wa dai letu (mimi na Kaka Yeshua) ni urejesho wa kilicho ibiwa, na malipizi ya fidia mara 4 kwa kila kilicho ibiwa, basi turuhusu tutolee mfano wa hesabu za hukumu tunayo iomba tokea kwako Mungu wa Haki: kama ilipasa mshahara wangu uwe shilingi 400,000 tokea miaka 2 iliyo pita (miezi 24), lakini nalipwa shilingi 100,000 tu; basi deni langu ni shilingi (300,000 alizoiba x miezi 24) x 4 za fidia kwa kila ulicho iba = hivyo marejesho yangu ya haki ni shilingi 28,800,000.

Mungu Baba; naomba uhamisho huu wa utajiri kufanyika sasa hivi, kwani imeandikwa kwa Mithali 13:22 kuwa; utajiri wa wadhambi (wana wa satani) uhifadhiwa kwa ajili ya wenye haki (wana wa YAHWEH). Hivyo katika nguvu, mamlaka, na uwezo

uliopo katika jina la Adonai wangu Yeshua Kristo, napokea marejesho yote haya! Amin! Amin! Amin!

Shuruti umeona lengo la vita tunayo ipigana hapa sisi na wewe dhidi ya adui, kuwa siyo tu tunafungua mlango wa uelewa kuhusu yapi ni haki yako, na vipi umiliki hayo, lakini pia tuna-angalia nyuma, na kudai marejesho kwa vyote vilivyo porwa na adui satani wakati wewe ulipo kuwa bado gizani kuhusu urithi wa utajiri wako huu. Leo nuru ya Mungu YAHWEH imeakisia haya pia, haya shime uinuke na twende tukamiliki kile kilicho andaliwa kwa ajili yetu, tokea uweko wa misingi ya ulimwengu huu.

Jambo jingine muhimu ambalo tungependa na wewe ulitambue na kulifuatia kwa umakini mkuu ni haya mawili: utii wa injili-toraha, na uachio wa imani kwayo baraka iliyo kupa katika ahadi za kiagano, kupitia neema iliyo kuja kwa Kristo Yeshua. Hawa wawili ni pacha, kwani ndiyo kigezo kinacho kutambulisha, kuwa wewe ni mwana wa YHWH. Tunasema hivi sababu kumpenda YHWH, ndiko kutii maelekezo yake (yaani toraha na injili). Hawa pacha pia ndiyo kofuli linalo hakikisha adui yako, hana upenyo au usaidizi wowote tena dhidi yako (Yoel 2:25).

Wakati wengi wa waumini wanao zungumza Kiswahili hawajui nini kilicho tokea hapa, lakini satani na ibilisi wake wameisikia nyundo ya hukumu ya YAHWEH kama ngurumo kuu masikioni mwao. Pale mamilioni yetu tuzungumzao Kiswahili watakapo fika hapa, na kusali kwa imani ya dhati sala hii, na tena katika uchungu wa kuonewa kwao, ulimwengu utatambua, sisi tuzungumzao Kiswahili, zama zetu zimefika. Utajiri huo utaelekezwa katika usambazaji wa injili, na ndipo mlipuko wa upendo kwa YHWH na jirani yako utatokea, na mara tu utafuatiwa na uamsho mkuu, ambao bado kutokea katika pande zetu hizi sisi tunao zungumza Kiswahili. Amin

Katika sala ile usitishike na dhana ya urejesho au fidia hata chembe, sababu wewe uko pumzikoni, na tokea ukubalifu wa Baba, yeye Ruak huwaingiza kazini malaika zake kutekeleza hayo mpaka nukta ya mwisho ya yasemacho maandiko uliyo fanyia nukuu. Hakuna litakalo mpita, au kupitiwa na chechote kile. Na tena Mtetezi wako Yehua halali wala hasinzii, na satani atakiona cha mtema kuni hapo. Kama wewe uliiruka sala ile, ni vema ujichungue na kurudi kutimiza hili pia. Ni wajibu wako wewe kubaki ukidumu katika imani hii, mpaka uhamisho ukamilike wote pasipo kubakiza chembe.

Katika orodha hiyo juu, yapo ya leo-leo, na pia yapo utekelezaji wake uhitaji utengenezaji wa miundombinu kwanza, au marekebisho fulani yafanyike ndiyo yatimiye bila kubaki. Pia kumbuka kama ilikuwa mtoto mmoja, sasa ni watoto wanne (huja pamoja na baraka za matunzo yao wote). Na kama ni mke au mume uliye stahili, basi usitie shaka, kwani baraka za huyo wa stahili yako, zitahamishiwa kwa huyo uliye naye sasa. Naye atabadilika huyo, nawe utaridhishwa na roho yako, na nyie mtatimiza sasa kile mlicho itiwa kutimilisha hapa duniani mkiwa wana wa YHWH. Kwa YHWH, hakuna kuchelewa, wala kushindikana!

Kwa kuwa sasa wewe mpendwa umetua mzigo wa mambo yote haya yaliyo kuwa yaki-kushughulisha binafsi miguuni pa Mungu YAHWEH. Sasa wewe ingia katika pumziko lake, na baki humo ukimtumaini yeye pekee, kwani anaweza. Kila ubebapo ujalifu wa haya wakati ukiwa ndani humo, yeye kwanza husimamisha utekelezaji wake, na kama haujirudi kwa kutubu na kumrudishia, yeye hukurudishia mzigo huo mikononi mwako, sababu wewe wajiaminii binafsi, na siyo kujiaminiisha kwake pekee. Hili jambo siyo rahisi, ni gumu kweli, na ndipo mtihani wa imani yako ulipo kila siku, na kila nukta ya lisaa.

Na wakati nafsi na roho zako ziko pumzikoni humo raha mustarehe, wewe kimwili enenda katika upendo. Huu ndiyo uthibitisho kimatendo kuwa, wewe una imani naye, pale unapo yatii maelekezo yake (toraha na injili). Hili la maisha yako kuwa 'raha mustarehe' hutokana na utajiri wako kuwa rahisi ukiwa pumzikoni, kwani hauna mashaka wala wasiwasi hata ukose usingizi. Kwa jamii zetu hizi zilizo zoea maisha ya mbinde na hekaheka (mahangaiko ya

Dunia) kuwa ndiyo kawaida, hili la siku za Mbinguni leo hapa duniani ni jambo gumu sana kutendeka, hata iandikwe kwa Waebrania 4:11: acheni sasa tufanye kazi (labour) kuingia katika pumziko lake hilo. Nje ya pumziko hili ni kuto-muaminii, hivyo ni kuafiki ulaghai wa adui yako.

Mpendwa, hakuna hofu kuu aliyo nayo shetani leo hii, kama mmoja kati yetu, tena mmoja tu, akiweza njia hii. Athari za ugezo wake kwetu sote wengine tulio bakia, ni tishio la ushindi wa sisi kumnyang'anya yeye utajiri wa kidunia, na kuutumia kwa utukufu wa Mungu YAHWEH. Hii ndiyo siri iliyo chelewa kukufika, lakini leo umeijua. Sasa nini utafanya na maarifa haya mapya?

Tazama, fedha au mali siyo ovu, ni katika mkono wa nani hizo zipo, ndiko huchukua sura yake. Kwani yenyewe sicho hicho ukihitajicho, bali kupitia hiyo, hicho ukihitajicho hutokea hata isemwe kimaandiko; fedha hujibu yote. Fedha au mali, au utajiri mkuu katika mkono wa mwenye haki, ni silaha mashuhuri ya YAHWEH duniani. Hiki ndicho kisa cha kuwepo kitabu ndani ya kitabu, kitabuni humu.

Tokea filamu na mahubiri yasiyo jali kina sahihi cha maandiko, kumejengeka fikra kadhaa ambazo siyo sahihi kimaandiko. Haya ya jinsi hii yako mengi sana, lakini leo tujadiliane haya 10 tu. Ndipo nawe uhukumu uono wetu kuwa sahihi ya maandiko husika, au lah. Hivyo sahau yote uliyo funzwa, au uliyo ona kwenye filamu, au picha, lakini zingatia maandiko pekee, pale usomapo haya 10: -

1. Adam wa kwanza aliumbwa na kufanywa tajiri mmiliki wa kila kitu na vyote vya Dunia. Yeshua akiwa Adam wa Mwisho kwisha kufufuka, hivi-hivi ndivyo naye alivyo kuwa hata aturudishie sisi umiliki tena. Yeshua Kristo pamoja nasi Kanisa leo hii, ndiyo wamiliki wa utajiri wote wa ulimwengu.
2. Katika utoto wake takribani akiwa na miaka miwili, wanajimu (mamajusi) kadhaa (kuanzia wawili na kuendelea) walimpa zawadi 3 za thamani. Je wajua vipi hizi zilitumika, na kama

aliendelea kuwa fukara utotoni au lah?

3. Hivi wajua madai kwamba, alikuwa hana mahali pa kulaza kichwa kama alivyo mwambia kijana tajiri, yalitokana na kweli kwamba wakazi wa mji ule wali-wakatalia watumishi wake kuandaa mahali, na hivyo iliwabidi kuenda mji wa pili? Ni desturi nyeti sana mashariki ya kati kwa wageni kupatiwa makazi, sababu safari ya miguu ilichukua siku kadhaa. Hiki ndicho alicho kuwa akiwafumbia wakazi wale walio kuwa mbele zake. Yeshua alikuwa kapiga kambi katika mji wa Shimeon Kefa kule Galilaya. Ilikuwa ni nyumba iliyo jengwa kwa mawe. Na pia wakati wote alikuwa akiishi na mama yake kabla na baada ya baba yake wa kufikia Yosef kufariki. Tazama simulizi ya siku anarudi toka majaribuni jangwani, uone akienda nyumbani.
4. Siku ile ya tufani walipo kuwa wakivuka bahari ya Galilaya, Yeshua alikuwa amelala chini ya chombo cha uvuvi cha Petros. Je chombo hiki ni meli ndogo, au mashua kubwa, au mtumbwi ule wote tujuao picha zake? Je wavuvi tuwajuao sisi tuongeao Kiswahili, vyombo vyao vina mahali pa kwenda chini kulala? Na kama yuko aliye nacho kati yao, huyo huitwaje? Tajiri?
5. Kwa kadri ya fikra za Yudas, zawadi ya marashi ya thamani ni vema yangeuzwa na fedha kupewa maskini. Kwa kauli hii tu inamaanisha wao na hususani yeye hakuwa maskini, na ndiyo maana hakuna ujadilifu kwamba kwa nini fedha hizo wasibaki nazo, sababu walikuwa na za kuwatosha wote takribani watu 30 wanao mzunguka na kwenda naye kila mahali (entourage). Je nani leo hii wanao tembea na msafara (entourage)?
6. Je unakumbuka katika karamu ya mwisho watumishi walifikiri ana mtuma Yudas kuwapa maskini? Sababu ni mara nyingi kiasi hiki, na kawaida hivi, yeye alikuwa akitoa kwa maskini. Unafikiri yeye alipata wapi sarafu za shaba, fedha, na dhahabu kutenda haya yote? Je fukara hutoa akihitajicho kwa maskini

wengine tena mara kwa mara namna hii?

7. Hivi umeshaona mhubiri maskini ameajiri mweka hazina (treasurer)? Unafikiri ni watu wa namna gani uhitaji mweka hazina leo hii? Matajiri?
8. Usafiri wa kale, na wa fahari kwa ajiwezaye zama zile ulikuwa wa mwana punda. Je yeye ni fukara wa namna gani ambaye wamiliki wa mwana punda (limousine) pale ahitajipo mmoja humpatia mara?
9. Je injili ilikosea pale ilipo rekodi kuwa, alizikwa katika kaburi la mtu tajiri?
10. Rumi ilikuwa dola kuu ya ulimwengu wa kale, na askari wake wame-utembea ulimwengu, na kuona vingi vya thamani na vyenye uzuri wa kupendeza macho. Kama hivi ndivyo, je wafikiri vazi la Yeshua lili-kuwaje hata mpaka hawa kuona wasilichane kwani wataliharibu uthamani wake, bali walifanyie kamari kujua yupi atalipata? Wapi umeshaona au sikia vazi duni la mhubiri maskini kupigiwa kamari na waajiriwa wa dola tawala?

Tunajua inauma sana kuachia fikra za Yeshua maskini hoe-hae ubongoni mwako, lakini haya siyo kweli? Hivi unajua siku hizi hata msemo wa tajiri na mali zake, maskini na wanaye siyo sahihi? Tazama juu uone, utajri tunao ufuatilia hauachi kitu. Matajiri sisi Wakristo tutakuwa na mali, tutakuwa na watoto waku-tutosheleza, bado tutabakia na Yeshua wetu, na Mungu YAHWEH wetu pia. Tena tutaimiliki na kuitawala Dunia yote kwa miaka elfu, mara tu akirejea mara ya pili. Vipi kuhusu barabara za dhahabu nyumbani mwetu Mbinguni? Tunaweza endelea orodhesha hivi mpaka uchoke ...

Kusema hivi hakutengui dai la ufukara wake, ili sisi tuwe matajiri. Ufukara wa andiko hilo ni kwa mlinganisho wa hali yake (alipo kuja mara ya kwanza) na utajiri wake wa vyote vilivyo umbwa na vilivyopo duniani. Huu ndiyo ufukara alio upokea (umaskini wetu), ili kwa kanuni ya ubadilisho kupitia neema, sisi nasi tupokee vile vyote alivyo navyo yeye (utajiri wake). Ni tokea neema hii, leo wewe na sisi tu warithi pamoja naye wa Ufalme wote wa Mungu. Amin Amin Amin ...

Nia ya Mungu Kuhusu Maisha Yako

Ni nia ya Mungu YAHWEH, na hivyo lengo lake tokea awali ya yote kwamba; wewe mtoto wake uwe na vyote uhitajivyo maishani mwako, na kamwe usipungukiwe na chechote. Hivyo kwa ajili yako alifanya bustani ya Eyden tokea mwanzo, ili uwe muadilifu na umpende. Na zaidi ya vyote; uwe na hekima, maarifa, na uelewa katika imani kwamba, yote na vyote hutoka kwake Mungu YAHWEH pekee. Hivyo wewe umpe yeye sifa, utukufu na shukrani, siku zote za maisha yako.

Ili kutimiza nia yake hii, alimpa Adam jukumu la toraha moja pekee kuhusu lipi asitende bustanini humo. Naye adam aliivunja toraha hiyo, na laana ya dhambi kwa uasi iliingia duniani. Na hili lika-sababisha Mungu YAHWEH atumie mfumo wa kiagano na mtu, ili katika utii apokee baraka, na katika uasi, awe mshiriki wa laana hizo, ambazo tayari zimo duniani. Kwa jiinsi hii utiii wa neno alilo-tamka Mungu YAHWEH, uliwekwa juu ya vyote, wote, na yote. Katika mfumo huu, baraka za kiagano huleta mafanikio na utajirisho, kwa aliye mtii pekee.

Wewe mpendwa tayari umesha fafanuliwa mlolongo wa maagano 7 na sehemu ya kila moja kwao Yisrael. Katika haya hatufanyi marudio, bali kusonga mbele tukiaminiii wewe tayari wayajua vema. Yale maagano ya awali katika ujumla wao, nabii mkuu na mpatanishi Mosheh aliyaandika katika vibao viwili kuashiri ni ya kimwili, kwani yanagusika na kuonekana. Lakini hili jipya la 7 lilo la mwisho, Nabii Mkuu na Mpatanishi Mashiah Yeshua, kupitia Roho wake, ameliandika katika akili za nafsi zetu. Hilo likiwa pasipo kuonekana wala kushikika, bali tukiaminiii kiroho kwamba, alifanya hivyo pale alipo tukomboa (Warumi 2:12-29).

Pale sisi kwa utundu tulipo chungulia mzani wa ukombozi; tuliona tanakh kwa toraha (agano la awali) ikikazia sana kupitia faida za kiagano, uwepo wa siku za Mbinguni leo hii hapa duniani. Na tokea hili tunajua hata mpaka leo, ukombozi kwa Myisrael ni kujitawala, kufanikiwa kimaisha, na kuwa huru kumwabudu Mungu YAHWEH kwa jinsi ile Mosheh alivyo wafunza. Pale tulipo geukia upande wa injili (agano jipya), tuliona msisitizo kuelemea zaidi maisha ya milele na Mungu YAHWEH. Na kwa jinsi hii Wakristo wa kimagharibi (watangulizi wetu) wakahukumu; msingi wa ukombozi kuwa ni maisha ya milele na Mungu YHWH. Ni sasa ndiyo Wamashiah tunaona ukombozi kuwa na pande hizo mbili kwa pamoja, na hizi ndizo nguzo sahihi za uwigo wa zizi. Kwa jinsi hii pekee, ndiyo wewe waweza uona urari[10] wa mzani kuwa sawa.

Kama sote waumini wa Kristo husali ... " *Baba yetu uliye Mbinguni, Jina lako litakaswe {lifanywe takatifu, litukuzwe}. Ufalme wako uje. Utakalo lifanyike, kama ilivyo Mbinguni, pia humu duniani* " ... na mara tu hapo juu tumesha iona nia yake, sasa kwa nini sisi kanisa lizungumzalo Kiswahili tunashindwa kuishi maisha haya ya *kama ilivyo Mbinguni* leo hii *humu duniani*? Vipi tume-lowea katika ufukara na umaskini wa kupindukia? Wengi wetu, na tena karibu sisi sote kabisa, tumepigika kwa laana ya maradhi na magonjwa, hata tuna-julikana mahospitalini. Kila unapo geuka kuangalia kumejaa tabu na mateso ya umaskini, magonjwa, maradhi, na ufukara, hata haijulikani tena nini kifanyike.

Wengi wetu tuna-dharauliwa hata na wanao stahili kutuheshimu, thamani ya utu wetu imetoweka hata hayupo anaye tujali tena. Wote kama mvua tume-nyeeshewa uhohehahe na ukabwela hata amani na pumziko la Mungu limekuwa jambo geni kwetu. Wote tumesheheni uhitaji wa kila kitu usio mwanzo wala mwisho. Hakuna utoshelevu wa chechote tena kwetu. Hicho kidogo tulicho nacho kinagombewa na mafisadi, wezi, vibaka, panya, mbu, chawa, na hata kunguni wana tunyonya damu.

Tazama tulivyo kuwa watu wa kusimangwa na kusengenywa majumbani na mitaani, na kama hiyo haitoshi, sasa ulimwengu nao wafanya hivyo katika matangazo ya redio na luninga zao. Umoja wa Mataifa (UN) unatuona sisi mzigo wa maendeleo ya Dunia, hivyo tunapewa misaada ya masharti nafuu, na kwa sababu hatuna fedha, tuna-shurutishwa kubadili sheria zetu kuruhusu utoaji mimba na maisha ya ushoga kusherehekewa hadharani.

Kifupi, satani ame-tufikisha mahali tumepigika mpaka tume-changanyikiwa, pasipo tumaini la maisha tena, ili tukate tamaa na kuchagua mauti kwa ridhaa zetu wenyewe kama njia pekee ya kufikia pumziko. Halafu juu ya yote haya, sisi tu Wa-Kristo ambao maandiko yetu yasema utajirisho ni nia ya Mungu wetu kwetu, na ufukara ni laana. Sasa hizi laana za ufukara zatoka wapi?! Hivi nani huyo katuloga hivi, hata sisi na siyo yeye, tuwe kanyagio la miguu?

Tokea hali hizi wewe waweza jikuta ukijiuliza: kama utajirisho ndiyo nia na lengo la Mungu maishani mwangu, sasa ni nini hicho kinacho mzuia yeye kunipa mimi mwanaye utajiri, wakati mimi ni mhitaji, na yeye anao uwezo wote? Wewe umeumbwa kwa mfano wa Mungu, na akaweka mamlaka ya kazi zote za mikono yake kwako. Kwa jinsi hii wewe ni mungu wa hii Dunia. Hivyo yeye uhitaji kibali kwa neno la sala, au/na uachio wa imani yako kwake, ndipo yeye aweze kuingilia maisha yako. Ni lengo la YAHWEH wewe uwe kisima kisicho kauka katika utimilizi wa kila hitaji la hii Dunia.

Tumesha sema sana kwa ushawishi wetu kuwa, ni nia ya Mungu YAHWEH wewe mpendwa wake uneemeke kwa utajiri, hivyo acha sasa tuthibitishe hili kwa ukamilifu wa mashahidi 7 toka maandiko ya agano la awali, na mashahidi 7 toka maandiko ya agano hili jipya la mwisho. Tutafanya hivyo kupitia vipengele vya baraka kiagano kama ifuatavyo: -

1. Mwanzo 1:28 ... *Na Elohim aliwabariki wao, na Elohim alisema kwao, zaeni matunda, na muongezeke, na muijaze nchi, na muitiishe hiyo; na muwe na mamlaka juu ya samaki wa baharini, na juu ya ndege wa angani, na juu ya kila kiumbe hai ambacho chatambaa juu ya nchi. ...*
2. Mwanzo 24:35 ... *Na YAHWEH amembariki adoni wangu sana {kupindukia}; na yeye amekuwa mkuu: na amempa yeye makundi ya kondoo {na mbuzi}, na maksai {ng'ombe wa kulimia}, na fedha, na dhahabu, na watwana {watumwa wa kiume}, na wajakazi {watumwa wa kike}, na ngamia, na punda. ...*
3. Torati 8:17-18 ... *Na wewe ukaja sema moyoni mwako, Nguvu zangu na uwezo wa mikono [yangu] vimenipatia mimi hii mali. Lakini wewe shuruti umkumbuke YAHWEH Mungu wako: kwani [ni] yeye ambaye amekupa wewe nguvu za kupata mali, ili yeye aweze lisimamisha agano lake aliloapa kwa baba zenu, kama [ilivyo] siku hii ya leo. ...*
4. Iyob 36:11 ... *Kama wao wata-msikia na kumtii {shamah} na kumtumikia [yeye], shuruti wao watamaliza siku zao vizuri {wameridhika, katika utajiri}, na miaka yao katika raha {na furaha}. ...*
5. Mhubiri 5:19 ... *Kila mtu ambaye pia Elohim amempa utajiri na mali, na amempa huyo nguvu {kamruhusu} kula katika hizo, na kuchukua sehemu yake, na kufurahi katika kazi yake; hii [ndiyo] zawadi ya Elohim. ...*
6. Yeshayah 45:3 ... *Na Mimi nitakupa wewe hazina za gizani, na utajiri ulio fichwa katika mahali pa siri, ili wewe uweze jua kwamba Mimi, YAHWEH, ambaye nimekuita [wewe] kwa jina lako, [Ndiye] Elohim wa Yisrael. ...*
7. Yirmeyah 33:6 ... *Tazama, Mimi nitawainulia afya na kinga {dhidi ya maradhi na magonjwa}, na Mimi nita-waponya wao, na nitafunua kwao wingi wa shalom {hakuna kinacho*

kosekana: amani, mafanikio, usalama, utulivu, ustawi n.k} na kweli {yenye hakika, isiyo badilika, na inayo aminika}. ...

Na hivi ndivyo vipengele vya ahadi za baraka za utajirisho kiagano toka mashahidi 7 wa agano jipya wakithibitisha ni nia ya Mungu YAHWEH wewe uwe tajiri: -

1. Matityahu 6:33 ... *Lakini nyie utafuteni kwanza ufalme wa Mungu, na haki yake; na mambo yote haya {vitu vyote hivi} shuruti vitaongezwa {vitazidishwa} kwenu. ...*
2. Waefeso 1:18 ... *Uono wa akili zenu ukiwa uliotiwa nuru {mmefanywa muone}; kiasi kwamba nyie muweze kujua {tambua} lipi ni tumaini la wito wake, na nini utajiri wa utukufu wa urithii wake kati ya watakatifu, ...*
3. Wafilipi 4:19 ... *Lakini Mungu wangu shuruti atakutimizia mahitaji yako yote kwa kadri ya utajiri {mali, fedha, umiliki, wingi mkuu} wake katika utukufu kupitia Kristo Yeshua. ...*
4. Wakolosai 1:27 ... *Kwake yule ambaye Mungu atapelekea ijulikane nini [ni] utajiri wa utukufu wa hii siri ya ajabu kati ya Mataifa; ambayo ni Kristo ndani mwenu, tumaini la utukufu: ...*
5. I Timotheo 6:17 ... *Waamuru {ukiwashauri} wale walio matajiri katika ulimwengu huu wa sasa {leo}, kwamba wasijione wao bora*[11] *zaidi hata wakawa na kiburi*[12] *wala wasitumainie {tegemea} utajiri {umiliki wa mali na fedha} usio hakika, lakini kwake Mungu aishiye {aliye hai}, ambaye hutupatia sisi kwa utajiri mwingi kila kitu tufurahie; ...*
6. III Yokhana 1:2 ... *Mpendwa, mimi nasali kuhusu mambo yote kwamba wewe uweze fanikiwa {katika shughuli zako} na uwe na afya njema, tena kama roho yako inavyo fanikiwa. ...*
7. Ufunuo 5:12 ... *Wakisema kwa sauti kuu, anaye stahili ni Mwanakondoo ambaye alichinjwa kupokea nguvu, na utajiri*

{umiliki wa fedha na mali}, na hekima, na uwezo, na heshima, na utukufu, na baraka. ... Amin

Hivi kati yetu; Je ni nani huyo ambaye yuko tayari kuifikisha habari hii njema kwa kila mhudumu wa sinagogi lake, kwa kila mkufunzi wa chuo, na kwa kila mwalimu wa dini darasani? Je ni nani huyo aliye tayari kuikabidhi injili hii katika maktaba, mahospitali, magereza, nyumba za wazee, wajane, yatima na mashule yote kati yetu tuzungumzao Kiswahili? Je ni nani huyo awezaye ihubiri injili hii katika kila mji, kijiji, soko, stendi, na viwanjani? Na kubwa zaidi ya kumsaidia mwenye njaa samaki, ni kumfunza jinsi ya kuvua samaki wake mwenyewe; sasa ni nani huyo aliye tayari kuwanunulia jirani zake kitabu hiki? Ni mimi, nihesabu mimi pamoja na majeshi wako hawa!

Hadithi:

ALIKUWEPO MTU ALIYEITWA Sikujua Mimi aliye nunua tiketi yake ya treni kwa safari ndefu ya siku nne zamani zile kutoka Dar es Salaam kwenda Tabora na kisha Mwanza. Katika safari hiyo iliwabidi pia kungojea kwa siku moja Tabora ili kusubiri treni litokalo Mwanza kufika na hivyo kusafiri na hilo hadi Mwanza. Treni lile ambalo walikuja nalo, lilikuwa likiendelea hadi Kigoma mji ulio kuwa magharibi, wakati Mwanza ni kaskazini ya Tabora.

Kwa safari yote hii Sikujua alinunua tiketi moja, kwani treni zote hizi mmiliki ni mmoja tu, hata kituo cha Tabora ni cha mmiliki huyo-huyo. Sikujua alikuwa mtu mwerevu ambaye alitambua safari ya siku nne ni ndefu, na hivyo kwa kadri ya hekima zake katika msemo ule 'msafiri kafiri,' yeye aliona vema awe wa kujificha-ficha ili apunguze gharama za safari ile.

Hivyo Sikujua kwa ujanja kabisa, ilikuwa kila kituo treni lisimamapo yeye hununua miwa na ndizi mbivu toka wachuuzi wapitao madirishani kama chakula chake mara mbili kwa siku kila siku. Pamoja na abiria wengine kumtizama sana kwa shauku ya kumwongelesha, lakini yeye alikunja uso, kwani hakutaka mtu awaye yeyote amweleze kuhusu behewa la chakula (buffet car) ambako vyakula vya moto na vya gharama hupatikana.

Alijifariji moyoni mwake kuwa, yeye ni 'maskini wa Mungu' kwani hakujaliwa naye kama wao. Pia alijipa moyo kuwa, mara afikapo Mwanza basi chakula motomoto kitakuwepo, na mwisho wa madhila hayo, itakuwa furaha kwake.

TRENI ILIPO FIKA MWANZA yeye Sikujua alikuwa amedhoofu sana, na wakati wa kushuka aliwakuta wahudumu wote wa treni wamejipanga katika mlango wa kuingilia kituo cha Mwanza, ili kuwaaga wateja wao abiria wa safari ile. Ilipo fika zamu yake kuwasalimia ndipo mpishi mkuu wa behewa la chakula alimwuliza; mbona amezoofu sana na kuwa kamwe hajawahi mwona katika siku nne zile. Sikujua katika unyonge akitarajia kuonewa huruma na kupewa pole na wengi, alimjibu kwa sauti ya masononeko kuwa, yeye ni maskini, hana uwezo wa kugharimia chakula kizuri.

Lakini mpishi mkuu pamoja na wahudumu wake walimwomba tiketi yake naye akawapa, na wote kwa furaha kuu wali-mwonyesha nyuma ya tiketi ile ambako kulikuwa kumeandikwa: 'gharama za chakula ulacho safarini, na vinywaji vyote unywavyo, tayari vimesha-lipiwa kwa thamani ya tiketi hii.'

Sikujua alifika Mwanza, lakini kutokujua kwake kulimdhoofisha na kumtesa. Kuzuia ushauri wa wasafiri wenzi wake kwa kuukunja uso wake, kukageuka kuwa kitovu cha ujinga usikitishao toka ujanja aliofikiri awali. Hakujua kuwa alistahili kusafiri raha mustarehe huku akitabasamu kwa upendo na kusaidiana na jirani zake katika yote na vyote safarini mle, kwani haukuwepo tofauti ya mlo wa treni na mlo wa nyumbani kwake. Na kwamba msafiri mwenye tiketi ya daraja la kwanza kama yake yeye, siyo msafiri kafiri asilani, bali msafiri mstahiki.

[Hadithi hii ni ya kubuni ikiwa mfano wenye lengo la kufundisha haki na nafasi yako Mkristo hapa duniani, sawa na ilivyo nyumbani juu Mbinguni. Hata nawe mpendwa, tiketi yako Yeshua Kristo ameiandika hivi nyuma: *Baba yetu uliye Mbinguni, jina lako litukuzwe. Ufalme wako uje, nia yako itimizwe, hapa duniani kama ilivyo Mbinguni*.

Vipi Niachie Imani na Kutenda Niwe Tajiri

"Usiwajali au kupanga tokea kile vyombo vya habari visemacho au wanasiasa wasemacho. Simama katika Neno Langu la Yokhana 16. Nijali Mimi. Mimi (Ruak HaKodeshi) nitatii mistari ya 13-15. Mimi nitakuonyesha wewe mambo yajayo. Mimi nitakuongoza wewe kuvuka nyakati za matatizo. Mimi tayari ninao Mpango kwa ajili yako, nao ni mzuri. Ufuate huo. Siyo tu utakuvusha, utakufikisha katika eneo la juu – eneo la utajiri – eneo imara la ushindi.

Itakubidi ufanye bidii mwenyewe na uwe hodari wa kunisikiliza Mimi. Sauti zote nyingine zitakuwa na mpango, neno, na wazo kuhusu kesho na usalama wako. Usisikilize tokea mfumo wa babiloni. Huo umesha poromoka. Mfumo wangu ni imara kuliko nyakati zozote. Ufalme wangu unaongezeka, na BARAKA ndiyo mahali pa kuwa.

Weka macho yako katika Neno Langu. Lisikilize hilo. Hilo litakuongoza, Nami nitatenda hilo. Nipende Mimi. Wapende watu Wangu kama Mimi nilivyo kupenda wewe. Tembea katika huu. Upendo kamwe haushindwi, na wala Mpango Wangu.

Kuwa makini sana kujitenga kabisa na tamaa. I Timotheo 6:10 shuruti iishi mbele ya kila fikra yako. Kama wewe utatenda mambo haya na kuendelea kwayo, wewe utafikia eneo la utajirisho wako. Eneno lilo-inuliwa. Eneo ndani Yangu lilopangwa na kuandaliwa tayari kwa ajili yako sasa. Hapa. Siyo Mbinguni – hilo bado. Lakini itaonekana kama Mbinguni tena katikati ya matatizo yote, na wewe utaweza kuwafikia idadi isiyo julikana ya watu wanao teseka kwa Habari Njema ya Injili.

Mimi[13] naja mara tu. Mara tu kuliko unavyo fikiria. Weka macho yako Kwangu na wewe utapelekea kazi kumalizika."

Unabii Aliopokea Kenneth Copeland

19.10.2008 – The Healing of Nation.

Kati ya nabii nyingi sana alizoisha zipokea kaka Kenneth Copeland, sisi tulishangazwa sana na unabii huu kwa jinsi unavyo thibitisha hakika ya injili hii ifunzwayo kwako hapa. Katika unabii huu tunaona mtizamo wake Mungu leo hii kwa alicho shusha duniani mwaka 2008 kuwa: -

1. Msikilize Ruak HaKodeshi (Ufalme wa Mungu) pekee ambaye humu uko mfano wa yeye kuwa kama redio ya upepo (radio-call) kwetu waumini. Hivyo kataa mipango yote ya mfumo wa babiloni tokea wasemaji wake wote kuhusu usalama na kesho yako.
2. Mungu YAHWEH anao mpango wa maisha yako yote hapa duniani (masterplan), unao endeshwa kwa baraka zilizomo katika toraha na injili. Ufupisho wa haya mawili ni upendo ujidhihirishao kwa dhamira nafsini na matendo ya kimwili kwa imani.
3. Mpango wa Mungu YAHWEH juu ya maisha yako hukufikisha mahali pa juu ndani yake yalipo mafanikio, ushindi, na utajirisho. Wewe utafika hapa juu, kama utajiepusha na tamaa ya fedha kwa ajili ya kuzihodhi, bali kuachia utajirisho wako huo ufanye upendo wa Mungu YAHWEH hapa duniani.

[Ilipita miaka kadhaa tokea uandishi wa mada hii, na uingizo huu hapa juu wa unabii huu].

Tokea mwanzo wa somo hili mpaka hapa, tulikuwa tukifanya mapitio ya usahihi na uhakika kina-nadharia, ili pale wakati ufikapo, tuweze shirikishana utekelezaji wake hayo. Tumesha sikia porojo na lelemama[14] nyingi sana kanisani kuhusu utajirisho, sasa tunataka tuonyeshwe njia sahihi na yenye hakika ya kutenda; aidha kwa imani au kwa matendo yastahiliyo mbele za YHWH, hata utajirisho ufike mikononi mwetu kanisa lizungumzalo Kiswahili..

Kichwa chetu cha habari kwayo mada hii chaelekeza kuwa, sasa, na tena mahali hapa, wewe mpendwa utashirikishwa kinaga ubaga, hatua mathubuti ambazo kwazo shuruti utajirisho ufike kwako. Hapa tuta-kuonyesha jambo au kitu gani wewe uamini, na lipi hilo lakupasa wewe kutenda, ili nawe upokee ahadi za utajirisho hapa duniani, na tena leo hii. Hivyo tutataja hatua halisi, na makini, za wewe mpendwa kufuata ili utajirike.

Kila aina ya udhihirisho (manifestation) wa utajiri ufikao kwako, hiyo ndiyo hakika ya utendaji wa baraka katika maisha yako. Na udhihirisho huo, ndiyo hakikisho la huu ushuhuda wetu. Pale ufikiapo hatua hii, tafadhali sana ikumbuke agenda ya YHWH kwetu tuzungumzao Kiswahili.

Sasa basi, katika undani wa kichwa hicho cha habari hapo juu, ni uelewa wetu kuwa; kupokea utajiri wa YHWH leo hii hapa duniani, na tena katika zama hizi za agano jipya, inakupasa wewe uamini katika kazi Adonai Yeshua Kristo aliyo ifanya, hadi kuikamilisha hapa duniani. Ni kazi hiyo ndiyo iliyoachia neema ya Mungu kwa baraka za kiagano, ziletazo utajirisho kwako uliye amini. Pacha wake hili la kuamini, ndiyo matendo ya upendo maishani mwako, ambako ndiko kumtii yeye, na hivyo kuchagua kuwa wake.

Mpendwa shuruti unajua sasa kwamba, upendo ndiyo ufupisho wa Maneno 10, yaliyo ufupisho wa mitzvoth 613 zilizo toraha nzima. Hivyo katika kuenenda kwa upendo, wewe waitimiza injili na toraha yote hata uwe pendezo machoni pa Mungu YAHWEH. Na hili tunajua wewe mpendwa ukiwa mtu, hili hauliwezi, na ndiyo kisa imani yako kwa kazi aliyo ikamilisha Yeshua, shuruti itangulie huu itii wako wa upendo. Kwa jinsi hii toba lako pale uangukapo, hukubalika kwa neema, hata uhesabiwe utii kama Yeshua alivyo mbele za Baba Mungu (Yokhana 17:26).

Agano jipya linabeba tokea toraha uhitaji wa wewe kuwa msafi (maji hai), na utakasoni (damu ya kafara), yaani uko kambini (mahusianoni), ili uweze fikia ahadi za utajirisho wa kiagano (nchi itiririkayo asali na maziwa). Hili haliku-badilika, kwani katika biblia tunazo pateni lukuki za ahadi ya uachio wa baraka za kiagano kila kaka Yisrael atakapo-litii na kulishika agano lake. Kupitia neema, Ruak HaKodeshi ametuvusha sisi Kanisa kwayo haya, kupitia maji na damu ile iliyo toka ubavuni mwake Adonai Yeshua Kristo (Yokhana 19:34).

Ni agano la Abraham pekee lilo-simama pasipo uhitaji wa utendaji[15] wake (unconditional), bali baraka tupu hata liitwe la ahadi. Ubakio wa baraka tupu katika hili jipya la mwisho, ni kwa sababu haliwezi vunjika hata laana zisimame tena. Hili jipya halikuandikwa kwa vigae hata uweze vivunja hivyo, hili limeandikwa katika kuta za nafsi zetu, ili lidumu milele.

Tumekuwa makini sana katika kujongelea jinsi ambavyo wewe utafanyika tajiri, tokea hatua hadi hatua. Ni kwazo hizi katika uadilifu na unyenyekevu wa kuzifuatilia, wewe mara, na tena kwa ghafla utajishtukia kuwa, wasimama katika utoshelevu wa utajiri maishani mwako. Pia utakuwepo uwepo wa uwezo uongezekao katika usaidizi wa wenzi wako, kadri nawe usaidiavyo. Tena baraka zako hizi, hujifungua vema katika uwepo wako ndani ya mpango wa Mungu YAHWEH (master plan) maishani mwako: -

1. Hatua ya kwanza; ni wewe kujua lipi ni lengo la maisha yako hapa duniani kwa mtizamo wa YHWH (masterplan). Kama wewe bado kufahamu hili, tafadhali zirejelee taratibu zilizo funzwa vema katika somo la 7.6 Kuongea na YAHWEH (safari ya sirini) ili uweze kutambua.
2. Hatua ya pili; ni wewe kufungasha virago tokea huko ulipo, na kuanza safari ya kuelekea pale alipo kwambia, ndiyo wito

wake maishani mwako uko. Fuata mguso wa maelekezo ndani yako kuhusu lipi na vipi utende hili. Kumbuka; ni yeye akuongozaye, na siyo wewe unaye jiongoza katika mabadiliko haya, ili usije anguka na kuumbuka.

3. Hatua ya tatu; ni wewe kumsikiliza kwa makini na kumtii (shamah) Ruak HaKodeshi, ili ujue vipi uanze shughuli yako hiyo mpya, na kuendelea mbele.
4. Hatua ya nne; ni kuenenda kwa upendo katika shughuli zako zote ufanyazo. Toraha na injili zimesheheni maelekezo ya vipi wewe ufanye[16] hilo, pasipo kuanguka hata siku moja. Katika hili, wateja wataendelea kufurika kwako hata usiwe na pa kuwaweka.
5. Hatua ya tano: ukiwa umegubikwa katika njia yako ya upendo shughulini mwako, ndipo ghafla nuru ya mafanikio hujitokeza hapa-na-pale, pasipo utambuzi wako (ushahidi wa baraka kazini).
6. Hatua ya sita; ni ushambulizi wa adui kuzuia wewe kuvunja rekodi za mafanikio ya zama zote maishani mwako. Hapa wewe simama dhidi yake katika mamlaka na uwezo katika jina Yeshua Kristo. Imeandikwa kwa Yahkob 4:7 kabidhi maisha yako yote kwa Mungu YAHWEH, na ibilisi satani atakimbia toka kwako.
7. Hatua hii ya saba; ndiyo ya mwisho na matamanio yetu yote yalipo kwako. Hapa ndipo palipo utoshelevu wa mahitaji (needs) na vile vyote utakavyo (wants) maishani. Kisima hiki cha baraka hutiririka kadri usambazavyo kwa yale akuongozayo kufikia uhitaji wa majirani zako pia. Katika burudiko lako hili, tafadhali sana usiwasahau wasambazaji wote wa injili. Huku kutoa kwako hakuipunguzi hazina yako duniani, bali huziongeza zote mbili, hii ya duniani (usambazayo), na ile ya Mbinguni (idumuyo milele).

Hatua hizi hujificha katika mwenendo wako wa uachio wa imani, na matendo yako upendoni. Uhitajika uchunguzi kwa kusimama na kujichungua kutambua wapi ulipo. Hivyo hatua hizi ni dira makini maishani mwako. Pia tunapenda kuweka onyo hapa kuwa: mambo yote haya unayo funzwa humu, hayatendeki kama mashine ifanyavyo kazi (mechanical), bali ni kwa mahusiano yasiyo hila yeyote kati yako mpendwa na YAHWEH Mungu wako.

Imetuchukua sisi muda na kitambo sana kupita, hata tuweze hitimisha kuwa sahihi mengi[17] yafunzwayo katika kitabu hiki kitabuni humu. Kile kilicho kuja mwanzo na awali kabisa, ilikuwa uwepo wa pande mbili katika ukombozi. Ndipo kwa toraha tulishangazwa na ahadi za utajirisho (nchi itiririkayo asali na maziwa), wakati katika agano jipya hili la mwisho, tuka-fichuliwa cha mwisho kilicho bakia, ambacho ni maisha ya milele na Mungu YAHWEH. Haya hatukufunzwa na mtu, au kumsikia mtu kunadi hivyo, ni yeye aliye tutuma sisi kwako aliye tuonyesha hivyo. Na hatua hizo sisi tu mashuhuda wazo, kwani ametupitisha pia humo.

Ni katika wingi wa haya, ndiyo tulichungua na kuona njia iliyo fichwa katika maagano kwa kupitia ubadilisho wa utii kwa baraka. Hapa ndipo tulionyeshwa vivuli vya awali vya ubadilisho wa ahadi za Mungu kupitia neema itendayo kwa mafanikio, ushindi, na utajirisho. Ndipo sasa ikaja hamu ya vipi mtu wa zama hizi atende na kufanikiwa kwa yote mawili; yaani maisha ya milele, na siku za Mbinguni leo hii hapa duniani.

Tokea haya yote; sisi tuliruhusiwa kuona makundi haya mawili yakitenda kazi maandikoni wakati wote, na kuendelea kuwa sahihi mpaka leo hii kwa jinsi hizi: -

1. Baraka ambazo tayari zilisha shushwa duniani, nazo hizi wewe utazipokea kwa kuachia imani tu pumzikoni: -

i. Baraka za Adam mara baada ya Kuumbwa.

ii. Baraka za Agano la Kiapo kwa Abraham.
iii. Baraka Zilizowekwa katika Toroha.
iv. Baraka za Mbinguni Zilizoisha Tolewa.
v. Baraka za Agano Jipya.

1. Baraka ambazo hushuswa toka Mbinguni kwa kuomba (kuachia imani), na kutenda kwa upendo (utii) pumzikoni: -

i. Baraka zilizowekwa katika toraha mf. Zaka, Sadaka n.k.
ii. Baraka za Mazao ya Kwanza.
iii. Baraka za Upando wa Mbegu[18].
iv. Baraka kwa Matoleo ya Kusaidia (charity).

Tazama uone kuwa, kundi la kwanza la baraka ni zile ambazo wewe mpendwa ukiwa katika mahusiano naye (msafi na umetakaswa mtakatifu ndani ya kambi) hauna cha kutenda. Ni hivi kwa sababu, imani yako kwake Yeshua Kristo yatosheleza kupitia neema yake ikuhesabiayo haki kwa imani. Hivyo kwako mwenye haki, mtakatifu, mwana wa Mungu YAHWEH; kikupasacho kutenda ili kupokea zawadi ya baraka hizi, ni kufungua mdomo wako, na kutamka. Utamko huo ndiyo kuachia imani kwalo andiko lilo kipengele cha agano, kiitajacho ahadi hiyo ya baraka unayo ihitaji leo maishani mwako. Ni kwa jinsi hii wewe uko pumzikoni, kwani halipo la kutenda, bali neno la utamko, na uachio wa imani, hata hilo litendeke kana kwamba ni Mungu YAHWEH mwenyewe aliye tamka hayo. Amin

Kundi la pili kwa sehemu kubwa zaidi hutenda kwa imani kama hilo la kwanza, lakini ipo sehemu kubwa pia ya kutosha ihitajio matendo mema (good works) ya upendo yampendezayo Mungu YAHWEH. Ni agizo lake wewe kutenda hivyo kama ushuhuda wa kuwa wake. Hapa ndipo palipo umuhimu wa utii wako, na uadilifu wa dhati katika matendo hayo pasipo hila au ujanja-janja wowote ule.

Shuruti wewe utenda kama vile ambavyo ungependa itendwe kwako (kanuni ya kipimo cha udhati).

Mambo haya hata kwetu pia tangu awali hayakuwa mambo ya wazi-wazi, mpaka pale nuru yake ilipo chomoza kidogo-kidogo ikituakisia mpaka kweli yote hii kujifunua bayana. Pamoja na hali hii, bado sisi tulikuwa tuna-shangazwa na urahisi wake, hata liwe jambo zuri kupindukia kuwa kweli. Na hakuna lilo-tushangaza katika haya kama, kweli kuwa: kupitia utii mkamilifu wa Yeshua, sisi sote tunao muamini yeye, hutupasa kwenda katika kiti cha neema tuki-jiaminii (boldly), kupokea baraka hizo za utajirisho kama zawadi zetu toka kwa Baba Mungu (Waebrania 4:16 na Yeshayah 45:11).

Hapa ndipo palipo kina na kitovu cha somo hili kwako, hivi ni kwa nini hatufanyi haya wakati tupo katika agano na Mungu YAHWEH? Ni lengo letu hapa tuonyeshane siyo uhalali tu wa kufanya hivyo, bali jinsi na namna wewe ufanye hivyo. Huu ni wakati wetu wa kung'ara sisi kanisa lizungumzalo Kiswahili, ni wakati wetu wa kuipeleka (export) injili hii hata nje ya mipaka yetu. Hata sasa Roho wa Mungu asema; kila atendaye hivi, hakika atapokea!

Hii mada inalenga utekelezaji wako mpendwa, na hivyo kuleta mabadiliko halisi kwako kanisa uzungumzaye Kiswahili. Wakati wa nadharia, sasa kitambo umepita. Sote tunataka matokeo halisi kanisani. Tena uachio wa haya umeendelea kwa muda sasa duniani; lakini hapa kidogo na kule kidogo, kwa huyu hivi, na kwa yule vile, lakini sasa kwa mara ya kwanza, ujumlisho wa picha nzima umepewa kwako wewe uliye mdogo katika wote.

Watumishi mbalimbali na toka nchi tofauti ulimwenguni, waliandika hata kitabu kizima kwayo mojawapo au kadhaa kati ya vipengele hivyo tulivyo vivunja kuwa sehemu hizi mbili za baraka. Lakini ni tokea uelewa wa wingi wake huu wote, ndiyo upya wake hili ulipo. Ni tokea uelewa wa jumla yake haya yote, ndiyo sisi huthubutu hata kusema: neno 'Mungu akipenda' lipatikanalo katika Yahkob 4:15, na Matendo 18:21, linakuwa sawa na uhaba wa imani, kwani wewe sasa wajua ni nini hicho Mungu YAHWEH kwa nia na ridhaa yake atakacho maishani mwako.

Yirmeyah 29:11 ... *Kwani Mimi nazijua fikra [na] mipango ambayo ninayo kwa ajili yako, asema YAHWEH, fikra [na] mipango ya ku-kuneemesha*[19] *[na] shalom {hakuna kinacho kosekana: amani, mafanikio, usalama, utulivu, ustawi n.k} na siyo za ku-kudhuru*[20]*, kukupa wewe tumaini katika matokeo yako ya mwisho. ...* [Tafsiri ya Amplified Bible].

Uelewa wa matumizi ya neno 'pumziko' kama yalivyo tajwa awali humu, ni muhimu sana pale utajo wake unapo kutikana katika sehemu hizi mbili za baraka. Yisrael anajua pumziko lao lilikuwa nchi ya ahadi toka utumwa wa Misrayim, na madhila yale ya jangwani kwa miaka 40. Hivi-hivi ndivyo nasi kanisa lizungumzalo Kiswahili tujuavyo, pumziko letu ni maisha ya milele[21] na Baba Mungu.

Wewe na sisi kamwe hatuku-umbwa kubeba ujalifu (cares) wa maisha, alituumba kutamka kwa imani tukiamuru na kuenenda kwa upendo kama yeye alivyo, sababu sisi tu mfano wake. Kwamba tukianguka tunatubu mara, na tukiwa na uhitaji sisi wana-agano wake, hutamka hilo tunalo hitaji tokea kipengele husika cha ahadi hiyo maandikoni, hata kidhihirike kimwili. Tukisha fanya hili, ndiyo huingia pumzikoni kupisha mkono wake, na malaika zake kutimiliza hilo. Mpaka pale hilo linapo timia, sisi hubaki katika kushukuru na kumsifu, kwani tuna-hakika alicho ahidi shuruti ata-kitimiliza. Amin

Hii ndiyo kanuni kuu ya imani yetu itanguliayo zote nyingine, katika kupokea na kuishi maisha ya Mbinguni leo hii hapa duniani. Hili huwezekana ndani ya mahusiano kati yako mpendwa na Mungu YAHWEH. Na mahusiano haya huwezekana pale unapo 'mpenda' na 'kutii' neno lake. Kumpenda Mungu ndiko kutii neno lake, na kutii ndiko kutekeleza neno lake. Neno lake ni toraha na injili. Hii ndiyo njia ya maisha pekee muumini uliyo itiwa kuishi hapa duniani, kwani mahusiano ni utegemezi wa mdogo kwake aliye mkuu, sababu kiroho mkuu humtumikia mdogo (Luka 22:24-27).

Hivyo hili liweze kutimia, hukupasa kwisha kusajili hitaji lako kwa sala, uingie pumzikoni ambako ni kuachana nalo hilo, ili yeye atekeleze mahali pako. Pale wewe unapo ingia katika pumziko lako, naye huingia kazini mwako. Lakini pale wewe urudipo kazini, yeye huingia pumzikoni mwako aki-kusubiria ujirudi, ili aendelee na kumalizia kazi. Hakuna lilo kuu kushinda haya atuongozayo kwako yeye Roho wa Neema, wewe kuyatenda. Tafakari

Tazama kwa makini sana kwamba, kila pale tendo litanguliapo hicho alicho ahidi ukitenda atakupa, shuruti tendo hilo lako liwe tokea imani kwayo ahadi, na kamwe siyo tamanio lako kwake hicho uhitajicho. Na uthibitisho wa imani yako hiyo leo hii, ni uwezo wako kuliingia hili pumziko. Ni katika pumziko tu palipo uthibitisho wa tumaini na utegemezi wako kwake Mungu YAHWEH. Utegemezi huu shuruti usimame pasipo uhitaji wa juhudi binafsi, bali utii kwalo hilo alilo kuagiza utende. Katika jinsi hii, hata sifa na utukufu za utimilizi wake hilo, ni milki halali ya Mungu YAHWEH pekee.

Kinyume chake kweli hii ni kuwa nje ya imani, na matendo yako hayo huwa kwa toraha kutegemea haki yako binafsi (Wagalatia 3:11-14). Tunajua hayupo hata mmoja aliye hesabiwa haki kwa toraha, bali Adonai Yeshua pekee. Hivyo kwa jinsi hii atendaye siyo wewe tena, bali yeye, na matendo yako ni katika imani yako kwayo matendo yake. Je haikuandikwa kwa Yahkob 2:18,20,26 imani pasipo matendo ni mfu. Na kwamba hata baba wa imani Abraham ni tokea utayari wake kwa kafara ya Yitzhakh, ndiyo ali-ithibitisha imani yake kwa Mungu YAHWEH (Waebrania 11:17-19).

Mpendwa, shuruti sasa umesikia tusemacho kwako kuwa; hivi vipengele vyote hutiwa kazini kwa imani kupitia neema kutegemea mahusiano yako na Mungu YAHWEH katika Kristo Yeshua pekee. Na pia tokea mamlaka, uwezo, na nguvu tulizo pewa kuzitumia kwa kazi hizi. Sasa zitie kazini ahadi hizo kupitia sala (prayers), kwa utamko kiimani (declaring) ukiamuru (commanding) tokea utii (shamah) wako wa neno[22] la Mungu. Haya manne ndiyo njia ya kweli na sahihi ikufikishayo katika utajirisho wako.

Ni vema mpendwa ujue kuwa, pale ufanyapo nukuu ya andiko la ahadi uitakayo (kipengele cha mkataba wa agano), malaika wako husikia kana kwamba, ni yeye Mungu YAHWEH aliye tamka akiamuru utimilifu wake kipengele hicho kwako, tena akiamuru hilo litendeke kwako mara hiyo-hiyo. Kumbuka, ni imani yako kwayo ahadi ya agano ikufunguliayo mlango huu wa kiroho hata kusikika upande wa pili, ama sivyo ni makelele tu yanayo bakia hapo-hapo ulipo.

Sisi tunataka wewe mpendwa usianguke mhanga katika mtego wa ulaghai huu wa adui. Eti kwamba sala zako za kila jambo litokealo maishani mwako, aidha kwa kuomba au kushukuru, humpunguzia Mungu YAHWEH muda wa kushughulikia mambo makubwa, na muhimu zaidi ulimwenguni. Na kwamba wewe hufanya hivi kwa kumng'ang'ania ajishughulishe na kero zako binafsi, tena kwa mambo hayo ya kawaida maishani (mundane). Katika mahubiri ya mlimani Yeshua alisema; Baba anajua mahitaji yetu yote hata kabla ya kutamka kwake, lakini bado anataka wewe ufanye sala hiyo kupitia nukuu ya neno hilo uhitajilo utimilifu wake maishani mwako (Matityahu 4:4-10).

Kama wewe ni mchunguzi wa kina kwa yale tuliyo taja kule mwanzoni kuhusu vipi agano, baraka na utajirisho uhusiana, shuruti uliona kitu pale tulipo ingiza utukufu kwayo hayo. Tulitaja utukufu kujishikisha na kila ahadi iliyo kipengele cha kiagano, na kwamba pale utamkapo hilo, huo hupelekea hilo kwa baraka kutimilizika kwako. Tunajua vema Mungu YAHWEH anajua kila kitu, lakini hauoni kwamba tayari haya yamesha fanyiwa uamuzi, na vigezo vyake kutambulika hata kutenda katika ubinafsi wao (automation)? Kama hivi ndivyo, je siyo wewe tu ahadi hizo zina-kusubiria? Fikiria tena ...

Chungua idadi ya maandiko yaliyo jificha katika sala hii ya Mosheh kwa Torati 26:15 ... *Angalia chini toka makazi yako matakatifu, toka*

Mbinguni, na bariki watu wako Yisrael, na ardhi ambayo wewe umetupa sisi, kama wewe ulivyo apa kwa baba zetu, nchi itiririkayo kwa maziwa na asali. ... Amin

Kwa jinsi hii siyo tu sisi tunajua nia ya Mungu, bali pia Mungu alishajua nia yetu kabla ya kuumbwa kwetu. Hivyo hayo ya sala, utamko, kuamuru na utii ni katika kujiunganisha naye kimahusiano kupelekea utimizo wake hilo uhitajilo. Na la zaidi ni ile kweli kwamba, sisi ndiyo miungu wa hii Dunia, na kwa sababu hiyo yeye uhitaji kibali chetu kwa hayo 4 kuingilia yale yote yahusiayo maisha yetu kwa kadri na namna tumruhusivyo kila tuingiapo pumzikoni mwake.

Kamwe haupo usumbufu kwa Mungu YAHWEH, pale wewe mpendwa wake utumiapo hata siku nzima kuongea naye. Utekelezaji wa nia ya Mungu, tayari ulisha simikwa kwa ushusho wa toraha na injili yake duniani. Kilicho bakia ni wewe kuvifikia vigezo vilivyo wekwa maandikoni kwa baraka hizo, ndipo ujiachie kwake hata zikufikie. Ufalme wa Mungu tayari umesha kamilika tokea uumbaji, nao hutenda pasipo uhitaji wa Mungu kufanya lolote lile jingine jipya.

Kuhusu mahusiano ya namna hii na Mungu wako YAHWEH, Roho wake wa Neema ana kujulisha wewe mpendwa wake uzungumzaye Kiswahili haya: ... *Msi-jalishwe na chechote kile; lakini katika kila kitu kwa sala na ukabidhi rasmi*[23] *wa ombi {la kusaidiwa mbele za Mungu} pamoja na kumshukuru tamkeni*[24] *hicho mnacho kiomba kijulikane*[25] *kwake Mungu {YAHWEH}*. ... [Wafilipi 4:6].

Hata sasa tunapo anza kuchambua kwa umakini undani wake zile sehemu mbili za baraka iletayo utajirisho, bado inabaki ni nia yetu wewe mpendwa uweze tenda haya, na kisha uweze pata matokeo mema maishani mwako. Hakika tumekusudia kusimama na wewe imara, na mahiri kabisa katika hili, hivyo na wewe simama nasi katika umakini wako wa kujifunza na kutenda. Ushuhuda wako utabadili nchi, na thawabu zako zita-staajabisha wengi ...

Ninaomba kwako Baba Mungu katika jina la Mwanao Yeshua Kristo kwamba, Roho wako wa Neema anifungue akili zangu nione. Nitambue hiki unipacho, nipokee, na kutimiliza hata nifaidike sana maishani mwangu. Nipe moyo wa kusambaza baraka zako kwao wahitaji wote wa habari njema, na yale yote mengine ya kimwili. Acha katika mimi nia yako Baba itimilike kati yetu tunaongea Kiswahili. Amin **Hata na sisi pia tunakubaliana nawe kwa kadri ya Matityahu 18:19**. Amin

Kupokea kwa Imani Pumzikoni

HIZI NDIZO BARAKA AMBAZO tayari zilisha shushwa duniani, nazo hizi wewe utazipokea kwa kuachia imani tu ukiwa pumzikoni. Kundi hili la awali la baraka lime-gawanyika katika aina ndogo nne ifuatavyo: -

i. Baraka za Adam mara baada ya Kuumbwa
ii. Baraka za Agano la Kiapo kwa Abraham
iii. Baraka Zilizo Wekwa katika Toroha
iv. Baraka za Mbinguni Zilizoisha Tolewa
v. Baraka za Agano Jipya

Tazama mpendwa, wakati wa kwenda sinagogini pasipo matokeo (results), miaka nenda miaka rudi sasa umepita, wewe na sisi tunataka matokeo ya mabadiliko ya kweli maishani mwetu. Na hii ndiyo hatua ambayo tunapiga hapa kwa pamoja, ili tuufikie ukombozi wa siku za Mbinguni hapa duniani. Katika ulimwengu wa kiroho (Mbinguni), baraka ndiyo kiunganishi na yahitajikayo (medium of exchange), wakati hapa duniani kimwili pesa ndiyo kiunganishi na uhitajiyo (medium of exchange), hata isemwe kwa Mhubiri 10:19; pesa hujibu yote.

Hiki ndicho tunacho sikia masikioni mwetu toka kilio chako cha siri kanisa uzungumzaye Kiswahili: hatutaki tena simulizi, tunataka matokeo. Tueleze nini tufanye, vipi, na kwa pateni ipi. Tufunze ya imani kiimani, na kisha kwa upendo utiini, tutie matendo yetu kazini kupokea aliyo ahidi kwa vipengele makini vya kiagano. Sawa, acha tutende hayo sasa.

Baraka za Adam Mara Baada ya Kuumbwa:

NA ELOHIM ALIWABARIKI wao, na Elohim alisema kwao, zaeni matunda, na muongezeke, na muijaze nchi, na muitiishe hiyo; na muwe na mamlaka juu ya samaki wa baharini, na juu ya ndege wa angani, na juu ya kila kiumbe hai ambacho chatambaa juu ya nchi. ... [Mwanzo 1:28].

Hii ndiyo baraka mama itupayo umiliki wa Dunia, na ilikuwa ya kwanza pale Adam alipo fungua macho akiwa hai katika mwili. Hiki ndicho alicho sikia akimwona Mungu Mwana uso kwa uso, akiwa pua kwa pua mbele zake. Kutokana na umuhimu wake baraka katika maisha ya mtu, ndiyo ilibidi kuachiwa hivi kama jambo la awali ya yote kati ya mtu na Mungu wake. Tena alifanya hivi pale alipo muumba (created), na kurudia pale alipo mfanya (made).

Pamoja na kwamba baraka hii ilikuwa ndani ya Noakh, na hivyo hata kwa wanawe, lakini pale alipo iteketeza Dunia kwa gharika kuu, aliirudia tena (renewal/ confirmation) kwa watu 8 wa familia ya Noakh. Mungu YAHWEH hakutaka mtu asahau baraka ya agano hili.

Mwanzo 9:1-2 ... *Na Elohim alimbariki Noakh na watoto {wake wa kiume}, na alisema kwao, Zaeni matunda, na muongezeka, na kuijaza Dunia. Na kutetemekewa {kuogopwa} kwenu na kitisho chako {hofu yako} shuruti kiwe juu ya kila mnyama wa nchi, na juu ya kila ndege wa angani, na juu yavyo vyote vitambaavyo {vikijisogeza} juu ya nchi, na juu ya samaki wote wa baharini; katika mikono yako hao wamekabidhiwa. ...*

Tazama mpendwa na uwe mwerevu, umiliki wa hii baraka ni kwa watu wote duniani, kama ilivyo kwa Myisrael, au Mkristo, ndivyo pia ilivyo kwa wapagani. Baraka hizi ziko kazini wakati wote ndiyo maana suala la utajirisho ni kwa wana-Adam wote, na wako matajiri pande zote. Ukichungua uchumi leo utaona kwa sasa Wayisrael wanaongoza ulimwenguni katika uwiano, kama vile taifa la Kikristo la Marekani[26] liongozavyo kati ya mataifa yote duniani.

Baraka za Agano la Kiapo kwa Abraham:

LIKO HILI AMBALO LAHITAJIKA hapa kwanza, hivyo kwa utii linafanyika, ili wewe mpendwa ufurahike sana na roho yako kama ilivyo kuwa kwetu. Kwamba Adonai Yeshua anaisoma barua hii ya Baba iliyo andikwa kwa msaada wa Ruak, kama zawadi kwa Baba Mungu, toka kwa mmoja wa mtoto wake anaye pendezwa naye sana.

Je tunausemea moyo? La hasha! Baba Mungu ana mpenda sana huyu kati yetu sisi. Hata pale Baba alipo uliza: lini naye atapata barua yake mwenyewe? Ndipo nasi tukaiweka hapa, ili utukufu wa Baba Mungu uwe milele mbele zetu sote tunao ongea Kiswahili.

Baba Mungu - YAHWEH.
Mungu Muumbaji Mwenye Enzi,
S. L. P Kiti cha Enzi.
MBINGUNI
Kupitia kwa:

Mfalme wa wafalme Adonai Yeshua Kristo,
Mungu Mwana.
S. L. P Kiti cha Enzi.
MBINGUNI

Yah: BARAKA ZA YAHWEH
Tafadhali Baba Mpendwa rejea kichwa cha habari.

Ni furaha yangu kuu pasipo kifani kupata fursa hii kuandika barua hii ya mapenzi katika upendo mkuu kwako. Nimeandika ili kukushukuru, na kukusifu kuhusu jinsi ambavyo uliumba na kuweka baraka kwa faida yetu hapa duniani.

Mpendwa Baba, nina hamu kuu kuandika mengi sana kwako na kukwambia mengi sana, na kushukuru mengi sana, na kukusifu kwa maisha yangu yote, na kwa kila kitu; lakini nafasi hapa haitatosha.

Hivyo basi, ni vema hapa kwa ajili ya haya ukaita ule uwezo wako wa kujua yote, ili ukaone yale yaliyomo ndani yangu kuhusu hayo yote, na kuyapokea kwa sifa na utukufu wako usio mipaka wala mwisho.

Nimeamshwa siku ya leo katika sifa juu ya baraka zako, kwamba ni vipi hasa ulifikia utambuzi kwamba, kwa mwili mtu apewe mikono kufanya kazi, na pia kiroho apewe baraka kufanyia kazi. Unajua kwetu baraka zako ni sawa na neno lile la 'mkono wa Mungu.' Kwamba mambo huwa na kufanyika bila kujua imekuwa vipi.

Cha kufurahisha Baba unajua ni nini? Niseme au nisiseme? Hata nisipo sema wewe wajua. Nitasema basi kwa starehe ya nafsi yangu tu: cha kufurahisha ni kwamba, kila lifanyikalo kwa baraka ni jema na zuri kwa kila hali na jinsi.

Niliwaza, na bado nafikiri, vipi ingekuwa pasipo baraka? Mikopo na riba kweli ingeweza kutatua uhitaji wa Kanisa lako na maisha yetu? Kamwe isingewezekana! Ni pale mtu afikapo hapa kupitia njia ndefu ya maisha, na miaka mingi ya kuona mambo; ndiyo sisi hujua jinsi zilivyo kuu fikra na njia zako.

Na kwamba hakuna kasoro au nyongeza katika hekima na maarifa yako. Ni hapa ndipo sifa za dhati, na za milele hujaza nafsi yangu, na roho yangu katika mlipuko wa furaha, hakika, na tumaini la ajabu.

Ninakusifu wewe Aba mchana na usiku, nitakusifu wewe kwa vizazi vyangu vyote hapa duniani. Jina lako ni kuu sana sisi kulitaja hapa, na jina la Mwanao, na Roho wako, yamekuwa faraja na ukombozi wangu. Baraka yako Baba ninaisifu milele.

Neno lako ni kweli, na hakika yako ni ya kudumu. Nini nimefanya? Au nifanye nini mimi niliye mdogo hivi kustahili baraka zako? Ninatokwa na machozi ya furaha, na kushangilia rohoni mwangu pasipo kiasi, huku nikitoa sifa juu yako.

Nipe uwezo kwa baraka yako tena na tena, ili niweze kupeleka habari hii njema ya baraka yako kwa jamii zetu zote zizungumzazo Kiswahili; bila kikwazo cha mpaka wa nchi au watu. Acha na makabila yote yazungumzayo Kiswahili waonje tamu na raha hii ya kukusifu wewe Aba Mungu!

Elohim wetu uliniumba mimi kwa neno lako, na ulinifanya hadi nikawepo katika uonekano wa wenye miili kwa mikono yako. YAHWEH ulifanya yale yasiyo kuwepo wala kuingia akilini mwa mtu. Hakuna mtu au eli mwingine alikuwepo tuseme alitoa wazo katika maongezi nawe. Kila kitu ni kwa fikra na njia zako. Kwa hivi uliumba baraka ambayo hata leo tuna-istaajabia ukuu wa utendaji wake.

Baba, kilicho kawaida kwangu leo hii, hapo awali kilikuwa kipya, na hakijawahi kuwa popote zaidi ya kwenye fikra za akilini mwako. Ni kuu vipi fikra zako? Ni mashuhuri vipi njia zako? Ni nani aliye kama wewe YAHWEH? Wewe YAHWEH ndiye Mungu wa kweli na wengine wote ni uongo kwa matengenezo ya aidha adui au fikra zao.

Wewe Elohim ni Mungu, wewe ndiye YAHWEH mmoja; nawe jina lako ni YAHWEH. Uliyeumba kila kitu, Mwenye uwezo wote, Uliye Juu zaidi ya yeyote yule. Jina lako pekee nalipa sifa, jina lako nalibariki milele na milele. Mungu wewe ndiyo Kweli, na mwingine zaidi yako hakuna!

Nitakusifu kila siku juu ya baraka zako, Nitakusifu kwa vizazi vyangu vyote juu ya baraka zako, mimi niliye kazi ya mikono yako nitalisifu jina lako YAHWEH milele. Usifiwe hapa, usifiwe pale, kwa nyimbo, na shangwe, na vifijo, na nderemo kila mtu na amsifu YAHWEH; kwani ni yeye pekee astahiliye kupewa sifa! Ni nani atubarikiaye kila wakati? Kila kitu chema Baba hutoka kwako!

Hii ni barua yangu, na hivyo yetu sote tuzungumzao Kiswahili kwako Baba; ili ujue kuwa, tunajua sifa zako na shukrani zetu ni kuu sana ndani mwetu. Baba tunaomba ujipe sifa, na kupokea sifa hizi zetu kwa ajili ya utukufu wako katika jina la Adonai wetu na Mwanao mpendwa Yeshua Kristo.

Ijapo kuwa barua imefika tamati, lakini njimbo za sifa na kushukuru zitaendelea milele kunguruma ndani mwetu. Baba tunaomba kila siku ya kusanyiko shuka chini huku kwetu tuzungumzao

Kiswahili, ili usikie tuendeleavyo kulisifu jina lako kwa vizazi vyetu vyote milele.

Tunapokea ushindi na utajiri ulio ndani ya baraka zako, na kufanikiwa nao kila siku. Tunamshukuru Roho wako anaye tuongoza, na sisi kunukuu kwa maandishi sifa hizi ndani ya barua hii kwako Mpendwa Baba Mungu.

Kabla ya kufunga tunaweza kuomba kitu Baba? Tunaomba watu milioni 100 wazungumzao Kiswahili wakombolewe toka kizazi hiki. Hawa wazaliwe mara ya pili katika jina la Mwanao Yeshua Kristo. Na nyumba zote za sala za watu ziwe za kukusifu wewe YAHWEH, bila kujali umiliki wa awali wa majengo hayo.

Amin na asante kwa kusoma. Nasubiri majibu yako! Usifiwe Baba Mungu kwa milele yote!

Mimi mwanao mpendwa wako,

Mbarikiwa wako katika Adonai Yeshua.

Baba anataka watoto wake wote wamwandikie barua za posta, barua pepe (email), na kwa kila aina na jinsi itakavyo ongezeka kwa miaka 100 ijayo. Je wajiuliza kwisha kuandika ni wapi uipeleke? Tupe sisi, nasi kwa safari ya sirini tutaifikisha mkononi mwake (anwani zipo mwanzoni mwa kitabu). Una-mwamwini yeye, tuamini sisi pia katika hili.

Tunajua akisha kuisoma huwa ana ihifadhi kama vile wewe mpendwa ufanyavyo kwa zile za mapenzi pale upekeapo toka kwa mwandani wako. Wewe ndiye mpenzi wake, na pasipo wewe kumwandikia, nani mwingine amwandikie hata naye ahifadhi? Je hautaki naye aringe kwa kuzionyesha kwa watoto wake wapya wa asili yetu katika ulimwengu ujao kwisha kupita huu?

Ni nani asiye penda kubaki na kubobea katika hili tamu, lakini hapa tunao wajibu, hivyo acha sasa tuirudie mada yetu ya Baraka za Agano la Kiapo kwa Abraham.

Kuhusu hili ni ushawishi wetu kwamba, usome msingi wake hii mada ndogo toka Wagalatia 3:1-29 (sura nzima). Ni tokea wingi wa maandiko hayo, nawe utaona ni vipi sisi hustahili baraka zake hizo. Msingi wa neema yako mpendwa, ni yale yote 'Mzao' Adonai Yeshua Kristo aliyo tenda hadi kuyakamilisha hapa duniani. Hivyo kwa imani yako kwake, wewe pia uhesabiwa yale yote yahesabiwayo kwake, kana kwamba ni sisi tulio yafanya hayo.

Ahadi za Abraham ni kwa 'Mzao' wake, na haikutaja wazao kana kwamba ni wengi, bali mmoja yaani Yeshua Kristo. Kwani zawadi ya urithi kama yapatikana kwa juhudi za matendo yako kupitia toraha pekee, hiyo siyo ahadi ya zawadi tena, bali ujira wako. Na maandiko yalikuwa sahihi kutaja wote tumetenda dhambi, ili haki yako Mkristo ipatikane kwa imani juu ya yale aliyo yatenda Yeshua pekee, na siyo vinginevyo. Hivyo kupitia yeye huyu Mzao (yaani Kristo Yeshua), iliandikwa hivi kwa Wagalatia 3:29 ... *Na kama nyie ni wa Kristo, basi nyie ni mzao wa Abraham, na warithi kwa kadri ya ahadi. ...*

Wewe Kanisa katika Kristo Yeshua una-hesabiwa uana wa Abraham kiroho, kama vile Yisrael alivyo kimwili. Kwa kusema hivi; leo mpendwa umefanyika mrithi wa ahadi zote hizi za Abraham kama vile kaka yako Yisrael alivyo. Sasa basi, wewe simama sasa na uchungue haya maandiko kutafuta zile ahadi ambazo zina-isemea hali yako ilivyo leo hii maishani. Na ukisha yajua maandiko yake sahihi, wewe sali katika sala, ili ombi lako hilo lisajiliwe Mbinguni, ndipo uamuru ahadi za andiko hilo zikamilike maishani mwako leo katika jina la Adonai Yeshua Kristo. Amin

Ukisha achia imani yako kuwa umepokea, umshukuru Mungu, na ingia kwenye pumziko lako ukisubiria utokezo wake hilo kimwili hapa duniani. Ni hivi sababu maneno uliyo amuru yanao uwezo wa kuumba katika jina la Yeshua Kristo. Kwisha haya, haupo utendaji zaidi uhitajikao toka wewe, bali kusubiria katika shukrani ndani ya pumziko lake, ukiaminii kile alicho ahidi shuruti ata-kitimiliza kwako pia.

Hizi ndizo baraka 14 za ahadi kwa Abraham kama ifuatavyo: -

1. Nitakubariki wewe, na wewe utakuwa mbarikiwa (Mwanzo

12:1-3, 13:14-18, 14:19, 15:18-21, 17:16, 22:17, Matityahu 25:31-46, Wagalatia 3:13-14).

2. Nitakufanya wewe taifa kuu (Mwanzo 12:1-3, 13:16, 17:18-20, 18:18, 24:34, Kutoka 2:25, 6:3-8).
3. Nitalifanya jina lako kuu (Mwanzo 12:1-3, Kutoka 2:24-25, 6:3-8).
4. Nitawabariki wale wanao kubariki (Mwanzo 12:3, Zekaryah 14, Matityahu 25:31-46).
5. Kupitia kwako familia zote za duniani zita-barikiwa (Mwanzo 12:3, 18:18, Torati 28:8-14, Yeshayah 60:3-5, 66:18-21, Wagalatia 3:16, Yokhana 8:56-58).
6. Nitakupa mtoto wa kiume (Mwanzo 17:16, 21:2).
7. Wafalme wa watu watatoka kwa mkeo Sarah (Mwanzo 17:16).
8. Yishmael amebarikiwa, atazaa na kuongezeka sana, wafalme kumi na mbili watatoka kwake, na nitamfanya pia taifa kuu (Mwanzo 17:20).
9. Nitaongeza uzao wako kama nyota za Mbinguni, na mchanga wa pwani ya bahari (Mwanzo 22:17).
10. Uzao wako utamiliki malango ya adui zao (Mwanzo 22:17, 24:60).
11. Na kwa mzao wako mataifa yote ya duniani yatabarikiwa (Mwanzo 22:18).
12. Abraham alibarikiwa na YAHWEH katika kila kitu: amekuwa mkuu, amempa mifugo na wachungaji, fedha, dhahabu, watumishi, wajakazi, ngamia na punda (Mwanzo 24:1,35).
13. Yitzhakh mtoto wa Abraham alibarikiwa na Mungu kwa sababu ya ahadi ya agano la kiapo kwa baba yake Abraham (Mwanzo 25:11, 26:3, 26:4).
14. Yitzhakh alipo panda mbegu ardhini, alivuna mwaka huo-huo mara mia moja zaidi, kwani YAHWEH alimbariki

(Mwanzo 26:12).

Hivyo basi mpendwa, kila ulicho soma hapa, unayo haki katika nukuu yake salani kumwomba Baba Mungu katika jina la Adonai Yeshua Kristo. Vile-vile inashuhudiwa kwake Abraham kuwa, kwisha kusikia hizi baraka, aliaminii hayo YAHWEH aliyo yasema, anaweza, na atatimiza juu yake. Ni kwa hili la pili, na tena pasipo tendo lolote, ili-andikwa Abraham ali-hesabiwa haki na Mungu kwa imani (Warumi 4:2-16, Wagalatia 3:6-29, Waebrania 11:17, Yahkob 2:21-23).

Hivyo nawe kama baba yako wa imani Abraham: muaminii Mungu YAHWEH kuwa anaweza juu yako, na juu yavyo vyote, naye atatimiza kwako ahadi zake hizi. Haya shime sasa inuka toka hapo ulipo jibwetesha miaka yote hii, tena ukiuzunguka mlima huo-huo mmoja. Nenda mbele zake katika kiti cha neema huku ukijiaminii, ili kupokea ahadi hizi za baraka kwako kufikia utajiri ustahilio maishani mwako pia. Hii ni kweli, na kila aaminiye na aseme amin[27] - AMIN!

Luka 19:9 na Yokhana 8:56 ... *Ndipo Yeshua alisema kwake, Katika siku hii ukombozi umekuja[28] na kufika[29] katika nyumba hii, kwa kadri ile-ile kama naye pia alivyo mwana wa Abraham. ... Baba yenu Abraham alishangilia kuiona siku yangu: na yeye aliiona [hiyo], na alifurahi. ...*

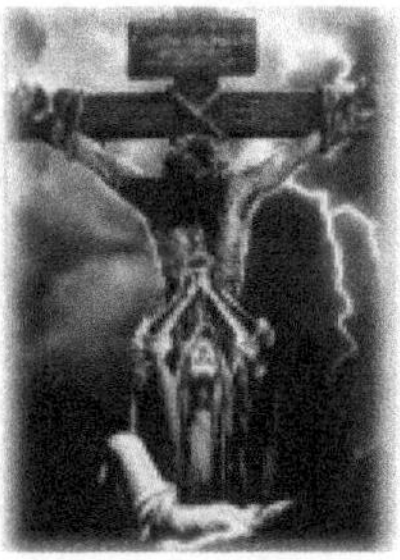

KUPITIA MZAO, UTAJIRI tunao uzungumzia ni wa pande zote mbili za ukombozi; yaani maisha ya milele na Mungu YAHWEH, pamoja na maisha ya siku za Mbinguni leo hii hapa duniani. Ni kwake huyu ndiyo ahadi zote hizo za baraka hutufikia. Hivyo kupitia imani yako kwake, nawe hufanyika mrithi wake hizo kiimani, hata zitokee leo hii maishani mwako pia. Hii ndiyo njia ya imani itendayo!

Baraka Zilizo Wekwa Katika Toraha:

HILI NDILO ENEO GUMU, ambalo katika uandishi wa awali hadi kukamilika halikuwepo, kisha liliwekwa katika ujumla wake, ndipo kisu cha uchunguzi makini kika-lipunguza kwa kiasi kikubwa sana, lakini tokea majadiliano motomoto likarudishwa. Katika hili hakuna ambalo halija-pinduliwa-pinduliwa na kuchunguzwa kinaga-ubaga wake, hata liwe mbele zako leo.

Ukisha vuka hoja kadhaa zilizo kuwa muhimu kufanyiwa maamuzi, zilikuwepo hoja mbili tokea pande zote mbili zilizo katika mvutano. Upande wa kupinga ulikuwa ni hoja nzito kuwa: toraha katika asili yake kiagano ni matendo ya utii kufikia ahadi za baraka kwa utendaji wako binafsi. Na wanao afiki walidai: umakini wa hili uko katika utambuzi wa kile agano jipya ilicho kamilisha katika Kristo Yeshua, kwamba sote Wakristo katika yeye tume-itimilisha toraha, na hivyo kustahilishwa baraka zake zote za kiagano.

Kwa kuwa historia huwarekodi washindi, basi hawa wali-endelea kusisitiza kwamba, utimilifu huu wa Kristo ni zaidi ya kile alicho fanya Mosheh, kwani ahadi za utajirisho kwa baraka za agano la Mosheh, sasa ni zetu pasipo laana yake. Ni hivi kwa sababu uwezekano wa kuvunjika tena agano haupo, kwani limekatwa kati ya Mwana wa Mungu (Yeshua) na Mungu Baba (YAHWEH).

Ni tokea ujumla wa utambuzi huu walidai: toraha yastahili kuwepo katika kundi hili pia, kama ilivyo katika lile lifuatalo. Walidai toraha inazo baraka ambazo tayari zimesha shushwa duniani. Na kwamba ni vema tazipokee hizo pia kwa imani, kupitia neema yake. Neema hii ndiyo uhesabio wa utimilifu wa toraha hii-hii pasipo sisi kufanya utimilifu huo, bali Kristo Yeshua ndiye aliye ikamilisha pasipo waa.

Kwetu sisi hoja hizi katika undani wazo ni hoja moja, lakini ikitegemea wapi unaanzia na wapi unaishia. Ni kweli kuwa, utambuzi wa yote aliyo yatenda na kuyakamilisha Kristo, hupelekea Mkristo kuwa mkamilifu mbele ya toraha yote. Kama Mkristo aweza onekana hivyo, basi ni kipi hicho kinacho zuia sisi na wewe kwenda mbele za kiti cha enzi cha neema, tukijiaminii na kupokea baraka hizo? Kwani ni baraka hizi zitupazo utajirisho tokea vipengele vya agano hili la kimasharti na Mungu wetu. Hakuna linalo tuzuia, bali kujibwetesha kwetu ndiyo pingamizi la maendeleo yetu kanisa tuzungumzao Kiswahili. Tunarudia tena, hii ni mbiu ya mgambo, haya shime inuka sasa ukajitwalie ulicho pewa!

Tulicho fanya hapa mpendwa, ni uingizo wa kanuni ya zizi kazini, ili iwepo amani ushirikani. Ni kwa jinsi hii toraha itakuwepo katika makundi yote mawili, ili kila kondoo zizini alishwe kwa kadri ya urefu wa imani yake. Toraha inaweza katika lile la baraka za utajiri zikufikiazo kwa kupokea kwa imani pumzikoni, na vile-vile katika lile la kuomba na kutenda pumzikoni. Hata kwalo hili la usuluhishi; lili-chomoza kundi la tatu lipingalo uwezekano wa haya kutendeka hivi, kwani walidai: mgawanyo unakuwa pasipo maana (redundant), au uhitaji wa uwepo wake haupo tena.

Hawa walidharauliwa, kwani walionekana kana kwamba walikuja kumwaga[30] mboga (pasipo hoja mpya), sababu wenzao wamemwaga chakula.. Kiini cha haya malumbano, na hata wakati mwingine kuruhusiwa kuonekana mbele zako, ni kwa ajili yako mpendwa, kwamba uwepo utaratibu na mtitiriko maalumu. Ni haya mawili ndiyo yaletayo uelewa wa kutekeleza, hata kanisa libadilike na kuvuna faida. Ni kwayo haya wewe kanisa uzungumzaye Kiswahili utapokea makuzi yako leo, na tena mahali hapa sasa hivi.

Ni mtizamo wetu kwamba, katika wale wapokeao baraka za utajirisho kwa imani wakiwa pumzikoni leo hii ni Kanisa, wakati wale wapokeao utajirisho kwa kuomba na kutenda kwa toraha leo hii ni Yisrael. Je yuko anaye fikiri Yisrael anatenda toraha leo hii pasipo imani kwa ADONAI kuwa atatimiza ahadi zake za baraka ya utajirisho kwao? Hayuko, sababu Wayisrael ndiyo viranja wa utajiri leo hii duniani.

Mungu hakuficha mambo haya kwa sababu ya uchanga wetu, la hasha! Yeye ameyafunua kwetu yote, kwani anajua sisi tumesha-kuwa, hivyo chakula cha kitoto sasa basi, na chakula cha watu wazima ndiyo stahili yetu. Hili halifichwi kwako kanisa uzungumzaye Kiswahili, hili lina-funuliwa kwako, ili usikie, uti, na kutenda (shamah kanisa lizungumzalo Kiswahili).

Kwisha kusema haya yote, ni toraha iliyo pelekea sisi kutambua kuwa, ni nia ya Mungu YAHWEH sisi tubarikiwe na kujaliwa utajiri maishani mwetu. Hivyo katika kufanya hilo, toraha ilifichua Mungu aliumba ulimwengu mwema, na uliojaa baraka mpaka pale dhambi ilipo ingia na laana yake. Hivyo mahali pa maisha ya milele, kikawepo kifo, na pale pa siku za Mbinguni duniani, zikawa siku za ufukara, tabu, na mahangaiko ya mateso kwa mfano wa Kuzimu.

Ni tokea uelewa huu wa toraha, kitabu chako hiki hufunza ukombozi wa Yeshua Kristo kuwa usuluhishi wa laana (baraka) za ufukara (utajiri) na kifo (maisha ya milele). Na tokea huo sisi hupokea itikadi ya pande mbili za ukombozi wake huo mmoja kwetu kanisa: ukombozi wa kiroho kwa maisha ya milele, na ukombozi wa kimwili kwa siku za Mbinguni hapa duniani. Na haya yote yarejeshayo baraka duniani, yaliwezekana kwa kupitia mfumo wa maagano.

Hakuna linalo tusikitisha kama kuona masinagogini baadhi yetu kuimba tokea vitabu vyetu vya nyimbo tukimwomba Mungu eti atupe ufukara au utajiri kwa kadri apendavyo yeye. Pia wako wengi kati yako wanao endelea kufanya kiapo kwa nadhiri ya ufukara kila Sikumosi. Hivi kweli mpendwa haujui mpaka sasa jipi apendalo Mungu YAHWEH kwako kati ya utajirisho (baraka) na ufukara (laana)? Imeandikwaje kwa Torati 30:19?

Sisi tutakwambia jambo ambalo litakuuzi kuhusu nini chanzo cha ujinga huu kanisani: watangulizi wa madhehebu yako tokea bara Ulaya, walipokea itikadi iliyoanza tokea kale ya Rumi kwa Kanisa kujitenga na kila kitu Yisrael. Hivyo katika menu hiyo ilikuwepo toraha, Shabath, mapokezi ya Kiebrania (halakha), na sehemu ya biblia waliyo-iita agano la kale, wakimaanisha kuu-kuu na lilopita pasipo kuhitajika tena.

Ushahidi wa maandiko haya machache, unaumbua mtizamo huu: Mwanzo 17:7, Walawi 24:8, Zaburi 105:10, Yeshayah 24:5, 55:3, Yirmeyah 32:40, Yehzekel 16:60, 37:26, na Waebrania 13:20. Huu ulikuwa ni uasi wao kana kwamba Yeshua ni Mjerumani, au Mfaransa, au Muingereza, hapana! Yeshua ni Myehudah, na Mashiah wa Yisrael (Matityahu 15:22-28, Yokhana 1:11). Ni katika kujiunga nao Yisrael kupitia Yeshua Mashiah pekee, ndiyo sisi tunayo maisha ya milele na baraka duniani (Warumi 11:17-21). Kanisa uzungumzaye Kiswahili, jitenge na uasi huo wa kale usio kuhusu, chungua maandiko uone, hii ndiyo nia ya Mungu YAHWEH kwako.

Ili kuhakikisha uelewa wako mpendwa, itakupasa utusamehe wapendwa wako, sababu leo na tena mahali hapa, tuta-orodhesha yale ambayo biblia yako yataja kuwa laana ya ufukara, ili iwe hakika kabisa nafsini mwako laana ya ufukara ni nini hata ujitenge nayo milele. Tumekuomba radhi sababu tayari tumesha jenga hoja kwamba, katika imani kwake Kristo Yeshua, wewe Mkristo laana hizo hazikuhusu, bali orodha hii ya baraka pekee tukupayo. Sisi tunaona pasipo kufanya hivi, itakuwa maneno yetu dhidi ya yao.

Torati 30:19 ... *Mimi naita Mbinguni na Dunia kushuhudia hii siku dhidi yako, [kwamba] Mimi nimeweka mbele zako uzima {uhai} na mauti {kifo}, baraka na laana: hivyo basi chagua uhai, ili nyote wewe na mzao wako muweze ishi:* ... Amin.

Uchaguzi tulio uleta leo kwako mpendwa ni kuhusu laana iletayo kifo na ufukara kwa upande mmoja, au baraka ziletazo uhai wa milele na utajirisho kwa upande wa pili. Kama Mungu YAHWEH alivyo kuagiza, ndivyo nasi tulivyo mnukuu; kwamba wewe mpendwa, chagua baraka ziletazo uhai wa milele na utajirisho, ili yote yawe mema kwako na wote wa mji wako. Amin

Hizi ndizo baraka 24 za mfano kwako tokea vipengele mbalimbali vya ki-mkataba katika agano la awali. Tunataka mpendwa utambue pasipo shaka yeyote kwamba, katika Kristo Yeshua, wewe pia Kanisa ni mrithi wazo baraka hizi kama vile kaka Yisrael alivyo mbele za Mungu

YAHWEH. Katika haya tunayo hakika, na tafadhali sana achia imani wakati ukikiri kupokea kila moja ya baraka hizi, ili utajirisho wake ukufikie. Mpendwa na ukiri hizi kwa sauti usikiayo wewe pekee (au ingia mahali pa siri kufanya kazi hii istahilivyo): -

1. Ukiisikiliza sauti ya YAHWEH na bila kugeuka upande wowote au kumuasi yeye, au kuvunja mitzvoti zake; baraka zote hizi zitakuja juu yako na kukujalia, utatajirika na kufanikiwa kwa kila ufanyacho (Torati 28:2, 28:9, 28:14, 11:27, 30:19, 29:9). **Ninapokea Hili Katika Jina Lako Adonai Yeshua Kristo. Amin!**
2. Utabirikiwa ukiwa mjini na hata ukiwa mashambani (Torati 28:3). **Ninapokea Hili Katika Jina Lako Adonai Yeshua Kristo. Amin!**
3. Utabarikiwa kwa vingi, na kukuongeza; kwa uzao wa mwili wako, uzao wa ardhi yako itiririkayo asali na maziwa, na uzao wa mifugo yako (Torati 28:4,8,11, 1:11, 7:13, 15:14, 16:15, 26:15, 30:16). **Ninapokea Hili Katika Jina Lako Adonai Yeshua Kristo. Amin!**
4. Utabarikiwa ghalani na kwenye mfuko wako (Torati 28:5,8). **Ninapokea Hili Katika Jina Lako Adonai Yeshua Kristo. Amin!**
5. Utabarikiwa ujapo ndani na utokapo nje (Torati 28:6). **Ninapokea Hili Katika Jina Lako Adonai Yeshua Kristo. Amin!**
6. Adui zako watapigwa mbele ya uso wako, YAHWEH atakuwa msaada wako, na kimbilio lako, ngao yako, na silaha yako (Torati 28:7, 33:7,11,26-27,29). **Ninapokea Hili Katika Jina Lako Adonai Yeshua Kristo. Amin!**
7. Adui zako watakuja juu yako kundi moja na kukumbia makundi tofauti (Torati 28:7, 33:11,27). **Ninapokea Hili Katika Jina Lako Adonai Yeshua Kristo. Amin!**

8. Kitabarikiwa chechote utiacho mkono wako kufanya, nawe utakula mbele za YAHWEH kwa furaha. Mkono wako utatosha (Torati 28:8,12, 2:7, 12:7, 14:29, 15:10, 16:15, 33:7,11, Kutoka 23:25). **Ninapokea Hili Katika Jina Lako Adonai Yeshua Kristo. Amin!**
9. Utafanywa mtu mtakatifu kwa ajili ya YAHWEH (Torati 28:9). **Ninapokea Hili Katika Jina Lako Adonai Yeshua Kristo. Amin!**
10. Watu wote wa Dunia wataona unaitwa kwa jina la YAHWEH nao wata-kuogopa (Torati 28:10, Hesabu 6:27). **Ninapokea Hili Katika Jina Lako Adonai Yeshua Kristo. Amin!**
11. Utafunguliwa hazina njema juu Mbinguni, ili kukupa mvua kwa nyakati zake (Torati 28:12, 33:13,28). **Ninapokea Hili Katika Jina Lako Adonai Yeshua Kristo. Amin!**
12. Utakopesha kwa mataifa mengi, na wewe hautaazima. Mgeni waweza mkopesha kwa riba lakini siyo ndugu yako (Torati 28:12, 15:6, 23:20). **Ninapokea Hili Katika Jina Lako Adonai Yeshua Kristo. Amin!**
13. Utakuwa kichwa, na siyo mkia, utakuwa juu tu na siyo chini (Torati 28:13). **Ninapokea Hili Katika Jina Lako Adonai Yeshua Kristo. Amin!**
14. Hauta-pungukiwa na kitu (Torati 2:7, Zaburi 23:1). **Ninapokea Hili Katika Jina Lako Adonai Yeshua Kristo. Amin!**
15. Utabarikiwa kuliko watu wote (Torati 7:14). **Ninapokea Hili Katika Jina Lako Adonai Yeshua Kristo. Amin!**
16. Hakutakuwa na tasa au mgumba kati yenu au kati ya mifugo yenu. Mtabarikiwa kwa watoto (Torati 7:14, 33:24). **Ninapokea Hili Katika Jina Lako Adonai Yeshua Kristo. Amin!**
17. Hakutakuwa na fukara kati yenu (Torati 15:4). **Ninapokea Hili Katika Jina Lako Adonai Yeshua Kristo. Amin!**

18. Utatawala mataifa mengi lakini hayo hayata kutawala wewe (Torati 15:6). **Ninapokea Hili Katika Jina Lako Adonai Yeshua Kristo. Amin!**
19. Utakaa kwa usalama na amani, na YAHWEH atakufunika siku nzima (Torati 33:12,28). **Ninapokea Hili Katika Jina Lako Adonai Yeshua Kristo. Amin!**
20. Atakubariki kwa utajiri wa baharini, na hazina zilizo fichwa ardhini (Torati 33:19). **Ninapokea Hili Katika Jina Lako Adonai Yeshua Kristo. Amin!**
21. Utabarikiwa kwa upendeleo (Torati 33:23). **Ninapokea Hili Katika Jina Lako Adonai Yeshua Kristo. Amin!**
22. Hata mkitawanyika pande zote za Dunia mtakusanywa tena, na kurudishwa nchi ya ahadi, na kuzidishwa sana, na kutahiri mioyo yenu (Torati 30:4-6). **Tunapokea Hili Kwa Niaba Ya Kaka Zetu Yisrael, Katika Jina Lako Adonai Yeshua Mashiah. Amin!**
23. Mkate na maji yatabarikiwa, na magonjwa yataondolewa kati yenu (Kutoka 23:25). **Ninapokea Hili Katika Jina Lako Adonai Yeshua Kristo. Amin!**
24. Atabarikiwa yule akubarikiaye wewe (Hesabu 24:9). **Ninapokea Hili Katika Jina Lako Adonai Yeshua Kristo. Amin!**

Baba Mungu, mimi mwanao .... (taja majina yako) **ninakuja nikijiaminii mbele zako katika kiti chako cha enzi cha neema, kupokea ujumlisho wa baraka zote hizi. Mimi nina-amini injili uliyo mpa Mwanao Adonai Yeshua Kristo kutuletea. Tena nimezaliwa mara ya pili pale nilipo sali Sala ya Ukombozi.**

Kupitia nguvu, uwezo, na mamlaka uliyo tupa katika jina la Adonai Yeshua Kristo, na kwa neema yake, wewe ume-nistahilisha mimi kuwa mrithi wa ahadi zako zote hizi za baraka kiagano.

Nina-zipokea zote, na kuanzia sasa ni urithi wangu. Ninaziita juu yangu kufutilia mbali uhitaji wote maishani mwangu.

Naachia imani katika jina la Adonai Yeshua Kristo kuwa, sala hii yangu ibaki mbele zako siku zote za maisha yangu hapa duniani, na kuwa kibali makini, na ruhusa ya hakika toka kwako kuwa: mimi niishi maisha ya utajirisho, ushindi, mafanikio, na mwisho wa siku zangu hapa duniani, nije niishi na wewe Baba Mungu wangu milele na milele. Amin Amin Amin

Katika kunyong'onyea na kusikitika kwingi imetupasa kuorodhesha laana zile 29 hapa chini ili kuzima ukidomo-domo wa laana za ufukara na kifo kanisani. Maandiko yaliyo tamka baraka hizo, ndiyo hayo-hayo yaliyo geuka na kutaja laana hizi za ufukara na kifo kuwa kinyume cha baraka hizi za Mungu. Pale usomapo laana hizi, zikane maishani mwako.

Na wewe uliye sali kwa ajili ya ufukara, au uliye imba, au uliye weka nadhiri ya ufukara, tafadhali sana fanya toba leo hii. Nadhiri ya ufukara ni theolojia iliyo pindishwa kwa falsafa na itikadi potofu za watu, tena katika nia nzuri ujingani. Tendo hilo kanisani ni kufuru na dharau dhidi ya msalaba na mateso ya Mwanakondoo wa Mungu.

Hizi ndizo laana hizo 29 ziletazo ufukara kwa toraha ya Mungu mara tu agano likivunjika. Tokea uchungu wa nafsi yako, usisite kuukunja uso wako ukizikana, kwani hii ni orodha ya uovu. Tafadhali zisome kimya-kimya huku ukizikana: -

1. Kama hamtasikia sauti ya YAHWEH na kufanya vile alivyo amuru kwa toraha laana hii itakuwa ndiyo mlicho chagua (Torati 28:15, 28:45, 28:58, 29:19-20).
2. Utalaaniwa mjini na mashambani (Torati 28:16).
3. Utalaaniwa katika ghala lako na mfukoni mwako (Torati 28:17).
4. Uzao wa mwili wako, uzao wa ardhi, na ongezeko la mifugo yako vitalaaniwa. Mtakuwa wachache (Torati 28:18, 28:62).

5. Utalaaniwa ujapo ndani, na utokapo (Torati 28:19).
6. Kila utiacho mkono wako kufanya kitakuwa laana, kuchanganyikiwa, kemeo; mpaka umeteketea haraka (Torati 28:20).
7. Maradhi yata-kuandama mpaka yakumalize (Torati 28:21, 28:59).
8. Utaandamwa mpaka ufe kwa kifua kikuu cha mapafu, homa, majipu, donda la moto, kwa silaha, magonjwa ya teketezayo, viwavi jeshi (Torati 28:22).
9. Na anga lilo juu yako litakuwa shaba na ardhi chini yako chuma. (Torati 28:23).
10. Na mvua ya nchi yako itakuwa udongo laini na mavumbi itakayo kuja juu yako mpaka umeteketezwa. (Torati 28:24).
11. Utapigwa na adui zako. Utawafuata kundi moja na kurudi mkikimbia makundi saba. (Torati 28:25).
12. Na mtaondolewa kwa utapanyo kwenda falme zote za Dunia (Torati 28:25, 28:64).
13. Miili yenu iliyo kufa itakuwa chakula cha ndege wa angani, na wanyama (Torati 28:26).
14. Utapata magonjwa yasiyo ponyeka; majipu ya Misri na magonjwa yote ya Misri unayo yaogopa, uvimbe wa kansa, masagamba, na muasho (Torati 28:27, 28:60).
15. Utapata kichaa, upofu na mshtuko wa moyo (Torati 28:28, 28:34).
16. Utapapasa mchana kama kipofu apapasavyo katika giza (Torati 28:29).
17. Hauta-tajirika katika njia zako, ila kunyanyaswa na kuchukuliwa mateka zaidi (Torati 28:29).
18. Utaoa mke na mtu mwingine atalala naye, utajenga nyumba hautaishi ndani yake, utapanda shamba nawe hautavuna (Torati 28:30).
19. Ng'ombe wako atachinjwa mbele yako nawe hautamla, punda

wako atachukuliwa kwa nguvu mbele yako, na hauta-rudishiwa, kondoo wako atapewa adui yako (Torati 28:31).

20. Vijana wako na binti zako watapewa kwa watu wengine mbele yako, kwa kukosa uwezo utawakumbuka siku zote (Torati 28:32, 28:41).
21. Mazao ya ardhi yako na kazi yako taifa usilo lijua watakula, hata wadudu watakula, au yatadondoka kabla kukomaa, na wewe utanyanyaswa na kupondelewa mbali (Torati 28:33, 28:39, 28:40, 28:42, 28:51).
22. Utapata majipu kuwasha toka unyayoni hadi utosini (Torati 28:35).
23. Wewe na mfalme wako mta-chukuliwa kwa taifa geni na huko mta-watumikia miungu wengine wa mbao na mawe (Torati 28:36, 28:52-58, 28:63-64).
24. Na utakuwa cha kustaajabisha, mithali na jina la dharau kati ya mataifa (Torati 28:37).
25. Utapanda mbegu nyingi shambani, lakini utavuna kidogo kwani panzi watakula (Torati 28:38).
26. Mgeni aliye kati yenu atakwezwa sana na nyie kushushwa sana, ata-wakopesha nanyi hamta-mkopesha, atakuwa kichwa nanyi mkia (Torati 28:43-44).
27. Uta-watumikia adui zako, katika njaa, kiu, uchi na uhitaji wa kila kitu; ataweka nira ya chuma shingoni mwako mpaka umeteketea (Torati 28:48, 28:65-68).
28. Magonjwa yote na kila janga yasiyo hapa yatakujia mpaka umeteketea (Torati 28:61).
29. Mtarudi Misri kwa njia ya meli na mtauzwa watumishi na wajakazi na hakuna mtu atawanunua (Torati 28:68).

Baba Mungu, sisi sote tunao zungumza Kiswahili kwisha kusoma laana hizi, tuna-kubaliana kwa pamoja, huku tuki-kuomba katika jina la Adonai Yeshua Kristo ifuatavyo: Vunjilia mbali

minyororo yote ya ushiko wowote wa laana hizi za ufukara kwetu sisi kanisa linalo zungumza Kiswahili. Katika jina la Adonai wetu Yeshua Kristo tunashukuru kwa kutuweka huru. Amin!

Baraka za Mbinguni Zilizoisha Tolewa:

BADO TUPO KATIKA TAFAKARI ya kundi la baraka ambazo tunapokea kwa imani pumzikoni. Baraka hizi za Mbinguni ambazo tayari zimesha shushwa na kuruhusiwa duniani, kimsingi ziko tofauti kabisa na zile 3 ambazo tayari tumesha zipitia mpaka sasa. Yaani baraka ya Adam, baraka za Abraham, na baraka za Mosheh (toraha). Pia ni tofauti na baraka ya Yeshua kwa agano jipya ijayo mbele kidogo. Hii yaonekana kusimama kati yazo.

Hili ni eneo huru ambalo sisi huona uwepo wake maandikoni pale Mungu YAHWEH atendapo pasipo uzuilifu wa vipengele vyovyote vya kiagano. Hizi ni baraka ambazo haziwezi fungashwa kimasharti au kivigezo, na hizo zote ambazo tumezitaja mara. Katika hili sisi huona uamuzi huru na binafsi (sovereign) wa utendaji wake YAHWEH Mungu Muumba na mwenye uwezo wote akiwa Mwenye Enzi pekee juu ya wote na vyote.

Tunaona hili kama madirisha kati ya milango ile minne rasmi. Kwamba kupitia madirisha haya ya Mbinguni, bado YAHWEH huweza kumwaga baraka duniani. Hufanya hivi juu na pembeni ya njia zake nne rasmi katika maandiko. Ni tendo hili huru alilo tuongoza kwake kuona njia hii. Anataka wewe mpendwa na sisi tujue kuhusu hili, na uwezo wake huu maalumu juu ya baraka. Ni fikra zetu kwamba, madirisha haya huvuka hata mpango wa ukombozi yakirejelea asili yake ya kuwa yeye ndiye Pendo.

Mojawapo ya baraka hizo katika kundi hilo ni kile kilicho tambuliwa vema na mitume wa Adonai Yeshua hata kurekodiwa katika Matendo 2:21 .... *Na shuruti itakuja kuwa, [kwamba] yeyote yule atakaye liita jina la YAHWEH {Yeshua Kristo} shuruti akombolewe {Yoel 2:32}.* ... Na tokea uajabu na hata uzito wake hili, tunamwona mtume farisayo wa toraha Paulos akilirejelea naye kwa Warumi 10:13 ... *Kwani kila mmoja na yeyote yule atakaye liita jina la YAHWEH {Adonai Yeshua – Matendo 4:12} shuruti atakombolewa {Yoel 2:32}.* ...

Hata sisi humu hujua hili kusimama juu ya kanuni za imani kwa neema, ubatizo, toraha, na kila wewe ukijuacho. Pia tunajua usiye amini hauwezi kuitia kazini kanuni hii makini ya injili na kumwita katika nukta ya kifo chako, pasipo utambuzi wa haya tuliyo yataja (lakini kama utaweza kumwita hata pasipo utambuzi huo, kama mhalifu yule pale msalabani, hakika wewe utakombolewa). Hii inabaki baraka ya ukombozi iliyo shushwa moja kwa moja toka Mbinguni, ikisimama huru na juu ya vipengele vyote vya kiagano.

Sisi huiona baraka hii katika uchunguzi makini wa maisha ya mashujaa wetu maandikoni; kuwa ni watu kama sisi, sababu huanguka kila wakati katika toraha. Lakini kwa namna fulani yeye huwavusha salama mpaka upande wa pili. Mtizame Abraham, Yitzhakh, Yahkob, Yehudah, Mosheh, David, na hata mitume Petros na Paulos. Namna hiyo fulani, ndivyo baraka hii ijavyo ikitokea Mbinguni moja kwa moja kwa anaye mlenga. Tunaijua ile huruma na neema itendayo kiagano, lakini hii huja katika mfano wake hizo, ila huenda mbele zaidi.

Kama hivi ndivyo, je hiki sicho kile alicho jitangazia Mungu YAHWEH mwenyewe kuwa sehemu ya jina lake? Pale alipo mwonyesha Mosheh uzuri wake tokea nyuma katika Kutoka 33:19, 34:6-7 akisema: nitakuwa mwenye neema kwake niwaye mwenye neema, na nita-mwonyesha huruma kwake nimwonyeshaye huruma? Humu ndimo siri hii ya nyakati zote ilimo sitiriwa hadi leo hii, katika siku hii ya ufichuo wake: ... *Na yeye alisema, Mimi nita-pelekea uzuri {mvuto[31]} wangu wote kupita mbele zako, na nita-litangaza jina la YAHWEH mbele zako; na nita-kuwa neema {upendeleo} kwake ambaye Mimi nita-kuwa neema {upendeleo}, na nita-onyesha huruma {upendo} kwake ambaye Mimi nita-mmwonyesha huruma {upendo}.* ... [Kutoka 33:19].

Na hakika kwa ushahidi mwingine unao tambulisha uwepo wake kundi hili la baraka ni andiko la Mwanzo 49:25 ... *[Tena hata] kwa Eli wa baba yako, ambaye atakusaidia {akikuzunguka kukukinga} wewe; na kwa Shadai, ambaye atakubariki wewe kwa baraka za juu Mbinguni, baraka za kinani {kina kirefu cha maji mengi} ambacho kiko chini {ya bahari}, baraka za maziwa ya matiti {ya mama}, na za tumbo la uzazi {huruma ya upendo unao saidia kutunza}: ...*

Pia mtizame mtaalamu wa toraha farisayo Shauli akilichungulia hili kwa jicho la agano jipya tokea Waefeso 1:3 ... *Mbarikiwa [na awe] Mungu na Baba wa Adonai wetu Yeshua Kristo, ambaye ametubariki sisi kwa baraka zote za kiroho katika [maeneo] ya mbunguni*[32] *katika Kristo*: ...

Baraka za Agano Jipya:

KATIKA SAFARI YAKO hii humu pamoja nasi, liko jambo moja ambalo mkono wa Mungu umelidhihirisha bayana kwako mpendwa. Kuwa hakuna mtu awezaye fundisha utajirisho na kuwa sahihi, pasipo awali kufunza kwanza kwa kina mpango wa ukombozi, mlolongo wa maagano kutimiliza ukombozi huo kiroho na kimwili. Na ndipo sasa afunue vipengele vya baraka ndani ya maagano hayo. Hili ndilo tumekuwa tukifanya mpaka sasa, na kutarajiwa pasipo shaka kuhitimisha kwalo hili agano jipya la mwisho.

Na tokea kina cha weledi huu wa maagano, ndiyo alionyesha msingi wa yote haya kutenda juu yako ni upendo. Upendo ndiyo ukamilisho wa maagizo yote ya Mungu, hata wewe mpendwa uhesabiwe msafi uliye oshwa, mtakatifu uliye takaswa, na hivyo mwenye haki, mtoto wa Mungu YAHWEH. Kwa kuwa sasa tumo katika agano jipya la mwisho lile lilo toraha ya kiroho, basi shuruti upendo wako utende kwa imani kupitia neema kwake Adonai Yeshua Kristo pekee. Tunasema hivi sababu, hayupo awezaye kuitimilisha toraha yote pasipo kuivunja, isipo kuwa Adonai Yeshua Kristo aliye tenda hivyo.

Hili tunarudia tena-na-tena ili kuhakikisha hakuna atendaye ya upendo katika haki yake binafsi, bali sote tuenende kwa upendo maishani kwa kuitegemea haki yake Adonai Yeshua Kristo. Kwa kufanya hivi ubadilisho utendekao kwa neema ya Mungu, utuhesabia sisi matendo yake ya utii kana kwamba ni yetu. Ni ubadilisho huu wa upendo ulio pelekea yeye kutishwa dhambi zetu, na sisi kupokea utakatifu wake. Utajiri wake kuwa wetu, na ufukara wetu kuwa wake. Na kwa kupigwa kwake, sisi tukapona maradhi na magonjwa yetu yote. Amin Amin Amin

Sasa kuwa mwerevu katika haya; ni kwa mahusiano haya na Pendo, ndiyo utukufu unacho kibali cha kuijaza baraka ihitajicho. Tena ni kwa upendo huo-huo, ndiyo imani kupitia neema hupata kibali cha kudai ya baraka kwa vipengele vya maagano. Na ahadi zake hizo, kana kwamba ziliahidiwa kwako binafsi yako. Hivyo upendo kwa utukufu, kisha baraka kwa imani na neema, ndiyo wewe unafanyika tajiri leo hii na tena hapa-hapa. Sasa wewe ufundishaye na kuhubiria wana wa Mungu, fundisha na hubiri hivi.

Kwa kuwa kila mkataba (agano) una vipengele vyake, na una ahadi kwa utii katika utekelezaji wake, basi acha hata sasa kwa agano hili jipya tuzitizame ahadi zake za baraka, na kutafakari mahusiano yake na zile zilizo tangulia kwa Adam, Abraham, Mosheh, na hata David. Mengi kuhusu agano jipya yamesha funzwa kwako ndani humu, na tuna-jitahidi sana kupunguza urudifu. Hivyo tayari wewe wajua agano hili ndilo bora zaidi, na kwamba yote yalikuja ili Adonai Yeshua atimilize kazi atakayo tumiwa hapa duniani. Hivyo ni mpaka hili la mwisho pekee, ndipo ahadi ya maisha ya milele na Mungu YAHWEH ili-tangazwa rasmi.

Waebrania 8:6 ... *Lakini sasa yeye amepokea uhudumu bora zaidi, na kwa kiasi gani pia yeye ni Mpatanishi wa agano bora zaidi, ambalo lili-simikwa juu ya ahadi bora zaidi.* ... Sisi tunakubaliana na muandishi wa Waebrania kwa kauli hiyo kuwa; agano hili jipya la mwisho ni agano bora zaidi, na lenye ahadi bora zaidi. Hili ni agano bora zaidi, sababu haiwezekani kwalo kuvunjika milele, kwani limekatwa kati ya Mungu na Mwana wa Mungu. Hivyo-hivyo ahadi zake ni bora zaidi, kwa sababu ni tokea hili pekee, ndiyo maandikoni pako mahali ambapo mtu ana ahidiwa maisha ya milele pamoja na Mungu YAHWEH (Matityahu 7:21, Luka 22:29, na Yokhana 14:2, 17:2-3).

Inatuwia vema kuorodheshe ahadi za baraka takribani 70 hapa, ili kwazo yote yakamilike, na wewe uamini ushahidi wetu kuwa ni wa kweli. **Baba Mungu, katika jina la Kaka yangu mpendwa Yeshua Kristo, naomba ruhusu sasa pale nitakapo tamka kwa sauti vipengele hivi 70 vya mkataba wetu nawe katika agano jipya, sauti yangu ikawe yako, na agizo toka kwako la utimilifu wake hilo maishani mwangu. Nakiri ahadi zako hizi zote kuwa sehemu ya**

urithi wangu, leo hii hapa duniani na milele yote. Hivyo natangaza kuzipokea, kuzichukua, na kutendeka maishani mwangu, mara hii nimalizapo kuzitamka hapa: -

1. Adonai Yeshua Kristo ndiye Mpatanishi wa agano jipya la mwisho kama vile Yirmeyah 31:31 alivyo tabiri kwao Yisrael (Waebrania 12:24, 10:16).
2. Sisi sote tu warithi pamoja na Yisrael katika ahadi hizi hapa za agano, hivyo tunalo tumaini duniani, na tuko pamoja na Mungu (Waefeso 2:12).
3. Kama wewe ni mfuasi wa Yeshua Kristo, basi pia wewe ni wa uzao wa Abraham na mrithi wa ahadi zote za maagano yaliyo tangulia (Wagalatia 3:29, Waefeso 3:6, Waebrania 6:12-13, 6:15, 10:23, II Petros 1:4).
4. Kwa Agano Jipya dhambi zetu zote huondolewa (Warumi 11:27, Waebrania 8:12, 10:17).
5. Kwa neema Adonai Yeshua Kristo ijapo kuwa ni tajiri, lakini kwa ajili yetu alifanyika fukara, ili sisi kupitia ufukara wake tuweze kuwa matajiri (II Wakorintho 8:9, Waefeso 2:7, 3:8,16).
6. Agano jipya la mwisho lime-simikwa juu ya agano bora na ahadi bora zaidi (Waebrania 8:6).
7. YAHWEH kwa agano jipya la mwisho ameandika amri kuu ya upendo katika kuta za nafsi zetu, hivyo wewe na sisi tu-watu wake na yeye ni Mungu wetu (Waebrania 8:10, 10:16).
8. Agano Jipya hupatikana kupitia usuluhishi wa damu ya Kristo Yeshua, izungumzayo mambo mema zaidi, kuliko damu ya Hebel (Waebrania 12:24).
9. Damu ya Adonai Yeshua Kristo ni kwa agano la milele (Waebrania 13:20).
10. Mungu atatupa mahitaji yetu yote kwa kadri ya utajiri wake katika utukufu kupitia Yeshua Kristo (Wafilipo 4:19,

Wakolosai 1:27, 2:2, Waebrania 11:26, Ufunuo 5:12).

11. Mungu ndiye atupaye utajiri wa kila kitu kufurahi na hii ndiyo nia yake kwetu, hivyo mtu asijivunie utajiri wake au kuutegemea huo (I Timotheo 6:17, Yahkob 1:10, Ufunuo 3:17).
12. Kila mtu atafanikiwa katika kila hali na kuwa katika afya njema, kama vile ambavyo tayari nafsi yako imesha fanikiwa (III Yokhana 1:2).
13. Aliye na vingi ataongezewa zaidi, lakini asiye, atanyanganywa hata kile kidogo alicho nacho (Matityahu 13:12).
14. Amebarikiwa yule aaminiye, kwani yatatimizwa toka kwa Adonai hayo aaminiyo (Luka 1:45).
15. Amebarikiwa yule asikiaye neno la Mungu na kulifanya (Luka 11:28).
16. Amebarikiwa yule ambaye Adonai yuko naye na anaupendeleo wake (Luka 1:28).
17. Umebarikiwa wewe ambaye watu ukutukana, ukunyanyasa na kusema maneno yote ya uongo dhidi yako kwa ajili ya Yeshua Kristo (Matityahu 5:11).
18. Amebarikiwa yeyote yule Adonai aongeaye kupitia kwake (Matityahu 16:17).
19. Umebarikiwa mnyenyekevu, kwani utairithi Dunia (Matityahu 5:5).
20. Umebarikiwa mwenye moyo safi, kwani utamwona Mungu (Matityahu 5:8).
21. Umebarikiwa utesekaye kwa ajili ya haki, kwani ufalme wa Mbinguni ni wako (Matityahu 5:10).
22. Umebarikiwa ambaye haujamwona Kristo Yeshua, na bado unamuamini (Yokhana 20:29, Matendo 13:23, 26:6).
23. Kila aachaye uovu wa dhambi hubarikiwa na Yeshua (Matendo 3:26).
24. Umebarikiwa wewe ambaye uovu wako umesamehewa na

dhambi zako kufunikwa (Warumi 4:7).

25. Uliye tumwa kuhubiri na Yeshua, huenenda na ujazo kamili wa baraka za injili ya Yeshua kwa ajili ya huduma (I Wathesalonike 2:13, 5:12-13).
26. Kikombe cha Meza ya Adonai katika ushirika wa damu ya Yeshua Kristo; ndicho kikombe cha baraka (I Wakorintho 10:16).
27. Amebarikiwa iashiye akisubiri kwa tumaini na matarajio ujio wa pili wa Mkombozi Yeshua Kristo (Ufunuo 16:15, Titus 2:13).
28. Ardhi itoayo chakula kwa watu katika mvua, hupokea baraka toka kwa Mungu (Waebrania 6:7).
29. Kilio cha machozi siyo njia ya kupokea baraka, bali huja kwa upendeleo wa Mungu, na kwa matendo ya imani katika upendo (Waebrania 12:17).
30. Amebarikiwa mtu avumiliaye majaribu, kwani akisha jaribiwa atapokea taji la maisha alilo-ahidi kwa wanao mpenda (Yahkob 1:12).
31. Anairithi baraka yule asiye lipa uovu kwa uovu, au tusi kwa tusi (I Petros 3:9).
32. Amebarikiwa yule asomaye au kusikia unabii wa kitabu cha Ufunuo, na kutunza hayo yote (Ufunuo 1:3).
33. Amebarikiwa afaye akimuamini Adonai, kwani mahangaiko na kazi yake humfuata huko (Ufunuo 14:13).
34. Wamebarikiwa wale walioitwa katika karamu ya harusi ya Mwanakondoo (Ufunuo 19:9).
35. Wamebarikiwa wale walio na nafasi katika ufufuo wa kwanza, kwani watakuwa makuhani wa Mungu na Kristo Yeshua, wakitawala pamoja naye kwa miaka elfu (Ufunuo 20:6).
36. Pale ufungapo usiwe kama wanafiki wenye sura za huzuni, ili wajulikane na watu kuwa wamefunga. Pale ufungapo, osha uso wako na paka mafuta kichwa chako, ili usijulikane kuwa

umefunga, Baba yako aonaye sirini atakuzawadia (Matityahu 6:16-18).

37. Umebarikiwa utendaye amri kuu ya upendo, kwani utakula tunda la mti wa uhai, na kuingia kupitia malango katika mji mtakatifu (Ufunuo 22:14).
38. Kila aliye nacho na awe tajiri kumwelekea Mungu katika kazi ya huduma yake hapa duniani (Luka 12:21).
39. YAHWEH amefanya utajiri wa utukufu wake kuonekana katika huruma yake hapa duniani (Warumi 9:23, Waefeso 1:18).
40. Utajiri wa Mungu watosha kwa Wamataifa na Yisrael, na kwa kila amwitaye (Warumi 10:12).
41. Katika kila kitu tume-tajirishwa na Adonai, katika utayari wa maongezi, na katika maarifa ya kila aina (I Wakorintho 1:5).
42. Sasa sote tu matajiri na wafalme katika Adonai (I Wakorintho 4:8, II Wakorintho 9:11).
43. Ukiwa na sababu ya kunyongonyea, lakini uliye jaa furaha, kama fukara lakini ukiwafanya wengi matajiri, kama usiye kitu lakini unacho kila kitu (II Wakorintho 6:10).
44. Kila mtu na atafute maslahi kwa ajili ya wenzi wake (I Wakorintho 10:24).
45. Tulipo kuwa hatuna uwezo; Yeshua Kristo alikufa kwa ajili yetu tusio mjua Mungu, ili atuwezeshe (Warumi 5:6).
46. Neema ya Mungu yatosha na hufanywa kamilifu katika udhaifu wako. Hivyo furahi katika udhaifu kwani Yeshua atakuwezesha (II Wakorintho 12:9).
47. Tunaweza kufanya kila jambo tulilo umbiwa kuja hapa duniani kufanya, kwani Yeshua ndiye atuwezeshaye (Wafilipo 4:13, Wakolosai 1:11, II Timotheo 4:17).
48. Adonai Yeshua Kristo kwa baraka alisimamisha laana ya magonjwa na maradhi na maumivu katika kuwaponya wote walio mjia yeye (Matityahu 4:24, 12:15, 14:14, Marko 1:34,

Luka 4:40, 5:15, 9:11).

49. Kwa kupigwa kwake Yeshua Kristo mijeledi, sote tumepona na kuwa wazima kabisa (I Petros 2:24, Matendo 5:16, 8:7).
50. Kila usalipo ingia mahali pa siri wasipoweza kuona watu, ili wasikupe thawabu, bali Adonai pekee. Ukiwa mahali hapo pa siri, Baba Mungu atakutimizia maombi yako yote (Matityahu 6:6).
51. Chunga sana na kuomba ili usije ingia majaribuni, kwani roho yako iko tayari, lakini mwili huwa dhaifu (Matityahu 26:41, Luka 22:40).
52. Chechote kile utamanicho wakati unaposali, amini kwamba umepokea, na wewe shuruti utapokea (Matityahu 21:22, Marko 11:24).
53. Pale usimamapo kusali samehe, ili Baba yako naye aliye Mbinguni akusamehe makosa yako (Marko 11:25).
54. Yeshua Kristo alituahidi kuwa, atamwomba Baba atupe Mfariji mwingine kama yeye, yaani Ruak HaKodeshi ambaye atakuwa nasi milele (Yokhana 14:15-16, 17:15,20, Warumi 8:26, I Wakorintho 14:13, Waefeso 6:18, 1:13, Yudah 1:20, Luka 24:49, Matendo 2:38-39).
55. Tusali katika jina la Yeshua Kristo, naye atatuombea kwa Baba kwa niaba yetu (Yokhana 16:26).
56. Usijalishwe na lolote lile, bali kwa kila kitu na usali na kuomba ukishukuru katika kufanya yeye ajue kila uhitajicho duniani (Wafilipo 4:6, I Wathesalonike 5:17, Ufunuo 8:4).
57. Kama yuko mgonjwa kati yenu na aite wazee wa sinagogi, ili waombe kwa kuweka mikono yao juu yake, na kumpaka mafuta matakatifu ya upako wa Kristo Yeshua (Yahkob 5:14-16).
58. Lazima kuaminii kwa hakika ya ukamilifu wote wa ndani ya mtu kuwa, kile kilicho ahidiwa; yeye anao uwezo wa kukitimiza (Warumi 4:21, 15:8, II Wakorintho 1:20, 7:1,

Wagalatia 3:14,22).

59. Tunayo ahadi ya uhai kwa uzima wa milele ndani ya Kristo Yeshua Mkombozi wetu (II Timotheo 1:1, Waebrania 4:1, 9:15, 11:13, Yahkob 1:12, 2:5, II Petros 3:9,13, I Yokhana 2:25).
60. Pale utakapo fanya nia ya Mungu maishani mwako, ndipo utapokea ahadi (Waebrania 10:36).
61. Kila aombaye hupokea, na yule atafutaye hupata, na kwa yule abishaye hodi atafunguliwa (Matityahu 7:7-8).
62. Kama wawili kati yetu hapa duniani tuna-kubaliana katika kitu chechote kinacho tuhusu na kuomba; Baba yetu aliye Mbinguni ata-tufanyia hilo tunalo omba (Matityahu 18:19).
63. Kila atakaye mwomba Baba Mbinguni ampatiye Ruak HaKodeshi, atapewa huyo ndani yake (Luka 11:13).
64. Chechote utakacho mwomba Baba wa Mbinguni yeye atakupa hicho (Yokhana 11:22, I Yokhana 5:16).
65. Chechote utakacho mwomba Baba wa Mbinguni katika jina la Yeshua Kristo, Yeshua atafanya hilo, ili Baba apewe utukufu katika Mwana. (Yokhana 14:13-14, 15:16, 16:23-26).
66. Kama unaishi ndani ya Yeshua Kristo, na maneno yake yamo ndani yako, ukiomba chechote utakacho ni lazima utapatiwa hicho (Yokhana 15:7).
67. Yeshua Kristo anaweza kukupa zaidi sana pasipo kipimo juu ya yote tuombayo au kufikiri kwa kadri ya nguvu ya imani ifanyayo kazi ndani yetu katika Ruak HaKodeshi (Waefeso 3:20).
68. Kama yeyote anahitaji hekima na amwombe Mungu awapaye watu wote bure, na bila ukali, kwani lazima atampa (Yahkob 1:5).
69. Haujapata kitu sababu haujaomba kitu kwa YAHWEH. Hivyo omba na siyo kwa tamaa bali kwa lengo lake maishani mwako hata upokee. (Yahkob 4:2-3, I Yokhana 5:14-15).

70. Chechote tuombacho twapokea toka kwake, sababu tunazitekeleza amri zake mbili za upendo, na hivyo kufanya vitu vimfurahishavyo Baba (I Yokhana 3:22). Amin

Matityahu 19:25-29 ... *Pale talmidim {wanafunzi, wafuasi} wake walipo sikia, wao wali-shangazwa sana, waka-semezana, Nani basi anaweza kombolewa? Lakini Yeshua aliwaona, na alisema kwao, Kwa watu hili hali-wezekani; lakini kwa Mungu kila kitu chawezekana. Ndipo Kefa {Petros} alimjibu na kusema kwake, Tizama, sisi tumeacha kila kitu, na kukufuata wewe; nini hicho basi sisi tutapata?*

Na Yeshua alisema kwao, Amin Mimi nisemacho kwenu, Kwamba nyie ambao mmenifuata Mimi, pale kila kitu kitakapo fanywa upya mara tu Mwana wa Mtu atakapo kaa katika kiti cha enzi cha utukufu wake, nyie pia mtakaa katika viti vya enzi kumi na mbili {12}, mkiwahukumu makabila kumi na mbili {12} ya Yisrael. Na kila mmoja wenu ambaye aliacha nyumba, au kaka, au dada, au baba, au mama, au mke, au watoto, au shamba {nchi, ardhi}, kwa ajili ya jina langu, shuruti apokee mara mia moja {100}, na shuruti arithi maisha ya milele. ... [Msisitizo wa mstari kwa aina zile 2 za ukombozi ni wetu].

Mtizame Kefa akimbana Adonai wake, pasipo kuzunguka, kuwa amweleze, kwa sisi na wewe kufanya kazi hii yake ya injili kati yetu tuzungumzao Kiswahili, nini hicho basi tutapata? Mwana wa Mungu Adonai Yeshua Kristo ana kujibu pasipo kupindisha maneno: utapokea mara mia moja ya hivyo ulivyo viweka kando kwa ajili yangu, na shuruti urithi maisha ya milele pia. Jibu lake Adonai ndipo injili yetu hii yote ilipo: utapokea siku za Mbinguni leo hii hapa duniani (mara mia – utajiri wa kupindukia), na utaishi milele na Mungu YAHWEH (tukiwa wafalme pamoja naye). Je kiko kingine unacho hitaji zaidi?

Kuomba na Kutenda Pumzikoni

HIZI NI BARAKA AMBAZO hushushwa toka Mbinguni kwa kuomba (kuachia imani), na kutenda kwa upendo pumzikoni. Baraka hizi zime-gawanyika katika makundi manne (4) kama ifuatavyo: -

i. Baraka zilizo wekwa katika Toraha mfano Zaka, Sadaka n.k.
ii. Baraka za Mazao ya Kwanza (firstfruit),
iii. Baraka za Upando wa Mbegu (sowing),
iv. Baraka kwa Matoleo ya Kusaidia (charity).

Hata sasa ndani ya kundi hili la pili, linabaki lengo letu kukufikishia utajirisho ule-ule ulio mafanikio na ushindi maishani mwako. Awali tulitafsiri hali hii kuwa ni: kutokuwepo kabisa kwa uhitaji usio weza kuufikia, na pia ni utimilifu wa kila jambo na kitu chema (kwa kadri ya mtizamo wa Mungu YAHWEH) maishani mwako.

Pia tulitaja (kwa mabadiliko kidogo kuwa) baraka za utajiri kuwa ni: hekima, maarifa, afya njema, familia na ndugu wenye shalom, watoto waadilifu, marafiki wa kweli, mafanikio makubwa kiuchumi (yaani fedha, vitu na mali). Pia unalo jina jema lenye ushawishi katika jamii uishio, uwezo wa kusaidia wahitaji wote wanaofika mbele zako, na uwezo wa kuchangia ufikisho wa injili pale ihitajikapo. Nawe ni tajiri wa imani ukitambua kwamba, yote na vyote hutoka kwa YHWH kwa ajili yako wewe kumpa yeye utukufu, na kufurahia maisha pamoja naye leo na kesho katika milele yote. Amin

Sisi tunajua vema kuwa, matendo ya upendo kwa toraha ni ujira, lakini kwa imani katika neema ya Kristo ni zawadi. Hili ndilo lilojificha katika mafundisho yetu haya yote, kwamba matendo yako ya upendo kwa utii siyo kwa ajili ya ujira, kwani aliye fanya kazi ni Yeshua, na sisi katika yeye hutembea kwa imani tuki-yategemea mabadilishano yake kwa neema.

Mahusianoni haya ya neema ndipo ubadilisho wa dhambi zetu kwa utakatifu wake ulipo, pia ndipo ubadilisho wa ufukara wake kwa utajirisho wetu ulipo, na kwa kupigwa kwake, sisi sote tumepona maradhi, magonjwa, na maumivu yote. Kwa neema hiyo ya kwanza, ndipo maisha ya milele yalipo, na kwa hayo ya pili na tatu, ndipo siku za Mbinguni leo hii hapa duniani zilipo, yaani urithi wa nchi itiririkayo asali na maziwa.

Je wewe mpendwa ukisha tendewa haya yote bure, vipi wewe utaenenda maishani, kama siyo katika utii wa maelekezo[33] yake? Je wewe uliye barikiwa, utadharau maagizo ya huyo aliye kubariki? Je iko njia nyingine Mungu YAHWEH aliyo agiza walio wake waenende maishani isipo kuwa toraha? Hivi injili siyo maoni[34] ya utekelezaji wa toraha katika daraja la juu zaidi kiroho? Ipi ni shukrani yako, ishindayo utii wako kwake? Je hakusema kwa Yokhana 14:15 kutiii maelekezo yake ndiko kumpenda? Je wewe sasa haujui kwamba, kumpenda ndiko kumchagua tokea lugha za maandiko matakatifu? Katika ujibuji wako wa dhati maswali haya, ndiyo hakika ya utajirisho wako imehifadhiwa Mbinguni.

Huku kumpenda Mungu YAHWEH kuliko utii wa maneno yake (toraha na injili), ndipo pia kofuli la ulinzi wa njia hii ya utajirisho lilipo wekwa. Na kofuli hili ni kwa ajili ya hakika ya kwamba, utajiri wa jinsi hii ni milki halali ya watoto wake pekee. Hivyo wewe tenda haya yote tukufunzayo hapa, kwani ni tokea njia hii pekee, uko uelewa wa kweli ifikiayo zawadi yako ya utajiri leo hii, na tena hapa-hapa duniani.

Haya mambo siyo rahisi kwa akili ya kidunia, kwani dhana nzima ya ukombozi wa kimwili kinadharia hushusha asili na nafasi yake hili kiutendaji hadi katika daraja la kimwili. Katika mtizamo huo huonekana kijuu-juu kana kwamba neema ya Kristo yasimama, na matendo yale ya toraha kushika hatamu tena. Hiki ndicho tusichoisha kukipigia kelele humu, kwani sisi tutendapo hatutendi kwa Mungu YAHWEH kufaidi ahadi za baraka kwa kuitegemea haki yetu wenyewe. La hasha! Ni kwa kukitegemea kile alicho kifanya hadi kukikamilisha Adonai Yeshua Kristo, pale alipo kuja hapa duniani.

Ni kwa sababu hii utii wako wa haya ya toraha na injili kimwili, shuruti uufanye kwa kuitegemea neema ya Kristo pekee. Neema hii ndiyo ikuwezeshayo wewe kupokea zawadi hizo za kiagano zilizo baraka, na hivyo utajirisho mkuu wa kupindukia maishani mwako. Sasa fikiria hili, kama hata utii wako hutegemea hii neema ya Kristo, sasa liko wapi jigambo la matendo yako hata kudai ujira? Ni kwa jinsi hii, baraka za kiagano ni zawadi kwako. Ni katika kina cha siri hii tunayo kutajia hapa, ndiko utajirisho wako ulipo fichwa.

Sisi tunajua tokea agano jipya, pale unapo mpokea Yeshua Kristo, yeye Ruak HaKodeshi uhamia kwako, na kukugeuza wewe kuwa hekalu la Mungu. Kwa jinsi hii wewe umo kambini, na hivyo barakani siku zote hata uvunjaji wa agano usiwezekane tena. Kwa agano lile la awali pale kaka Yisrael alipo shindwa, au tenda dhambi, au kufanya kosa chini ya agano la awali, alihesabiwa uvunjaji wa agano lake na Mungu. Kwa uhesabio huo, pale ilipo kuwa baraka sasa iligeuka laana, tena kwa kadri ya hukumu za vipengele vile vya kiagano.

Hili la uvunjiko wa agano li-liwezekana kutokea (na kutokea mara kadhaa), sababu agano la awali lilikuwa kati ya Mungu na Yisrael. Agano jipya hili linalo simama sasa, ni agano kati ya Baba Mungu na Mwana wa Mungu. Kwa sababu hii, agano hili jipya la mwisho kamwe haliwezi vunjika, kwani ni ridhaa yao kamilifu milele.

Sisi tuna-mjua kanisani, mwalimu gwiji wa toraha ambaye akisikia hili atatucheka kwamba, tusemacho ni laana ziko na Yisrael, na baraka ziko na Kanisa. Kamwe tusemacho hapa siyo laana kwa Yisrael na baraka kwa Kanisa, la hasha! Hilo silo kabisa! Aidha agano la awali au hili jipya la mwisho, yote mawili ni milki halali ya Yisrael. Pia Kanisa liko Yisrael kama lilivyo Dunia nzima.

Tazama tunacho kisema; kama agano la awali liliweza vunjika, basi madhara yake ni uingio wa laana, lakini kwalo hili jipya lisilo weza vunjika, basi haiwezekani laana kuingia, bali mtiririko wa baraka usio mwisho. Ni tokea utambuzi huu sisi uhitimisha kuwa; Kanisa halina nje ya kambi, kwani hali ya uchafu (unclean) haipo tena kanisani. Pia uhitaji wa kafara nyingine ya utakaso (sanctification) kurudishwa katika kundi la watakatifu, haihitajiki tena. Na hii ni kwa sababu sasa Ruak HaKodeshi anaishi ndani ya hekalu lake, lilo wewe muumini wake mwana wa Mungu YAHWEH katika Kristo Yeshua.

Kama hivi ndivyo ilivyo, kwamba kanisani ni mtiririko wa baraka tupu, sasa wapi hizi laana za ufukara na maradhi hutoka? Kinywa chako katika ulaghai wa hofu ya adui, wewe hutamka kile usicho kitaka badala ya kile ukitakacho. Ndiyo, uwepo wa laana ya ufukara na maradhi ndani yako muumini unaye zungumza Kiswahili, huelezeka kwa urahisi namna hii. Hili liko ndani ya uwezo wako, badilika sasa ...

Huu ni ufupisho mkuu wa vipi utende na kuenenda ili ujitenge na hali hizo za laana, siku zote za maisha yako hapa duniani: -

1. Wewe shuruti ufanye sala ya dhati kwa Baba Mungu katika jina la Adonai Yeshua Kristo. Omba utajirisho kwa vigezo vyote vile vya tafsiri yetu hapo juu.
2. Tumia vipengele vile vya kiagano ulivyo pewa awali, kufanyia uchaguzi wa maandiko na ahadi stahilifu kwako, ili usimame kwazo hizo kiimani.
3. Kwisha kutenda haya, sasa achia imani kwamba wewe umepokea.
4. Ndipo uingie katika pumziko lako, ukibakia kumshukuru Mungu YAHWEH, katika usubirifu wa utokezi wake hilo kimwili hapa duniani.

Haya yote ndiyo uliyo funzwa ukitakiwa utende katika kundi la awali. Na kwa kufanya hivyo, ulipokea kwa imani pumzikoni baraka ambazo tayari zilisha shushwa duniani. Hapa tulipo leo ni kundi la pili, ambalo ni baraka zinazo shushwa toka Mbinguni kwa kuomba (ambako ndiko kuachia imani), na kutenda kwa upendo yale manne ya zaka / sadaka, tunda la kwanza, kupanda mbegu, na kusaidia ukiwa pumzikoni.

Kimsingi sisi hufunza roho ya toraha (the spirit of torah) kila tutajapo neno utii, kwani utii chimbuko lake ni uadilifu katika utekelezaji wa kile Mungu YAHWEH alicho kuagiza. Toraha ilishurutisha utii wa kimwili, ili mtu atambue jinsi ya kujitenganisha na dhambi. Neema ya Kristo husisitiza utii wa neno la Mungu, kama udhihirisho wa upendo wako kwake. Kwamba, lile lilo la kiroho kwa imani pasipo uonekano, lijitokeze kuonekana kimwili maishani mwako. Tafadhali sana kumbuka hili; ni kwisha kukombolewa Yisrael, ndiyo walipewa toraha kama njia ya kuenenda kwa uadilifu mbele zake.

Agano jipya ni uthibitisho wa utiii wa Yeshua kwayo toraha nzima. Haupo uvunjo wa agano la awali ili kusimika jipya, bali upandisho wa daraja wa toraha toka ya kimwili kwenda hii ya kiroho. Ni utii kwayo haya ya kiroho, ndicho sisi tunacho kuagiza. Hiki ndicho Yeshua alicho wezesha, ili wewe uwe na mahusiano sahihi na ya kweli na YAHWEH Mungu wetu.

Kabla haujachukua mawe ukipiga ukulele wa kufuru, tafadhali sikia kwanza akisemacho Adonai wako Yeshua Kristo kwa Matityahu 5:19

... Hivyo basi yeyote yule atakaye ivunja[35] *{kutenda kinyume chake} mojawapo ya hizi mitzvot {maelekezo, amri} ndogo, na kufunza watu hivyo, huyo shuruti ataitwa mdogo katika Ufalme wa Mbinguni: Lakini yeyote yule atakaye zitenda na kufunza {fundisha}, huyo ataitwa mkuu katika Ufalme wa Mbinguni. ...*

Tazama hakika ya tulicho sema; toraha huja ukisha kombolewa, kwani matendo hayo ndiyo yampendezayo Mungu hata muwe mahusianoni. Ukimkubali Kristo na kuipinga toraha na kufunza wengine hicho (kama baadhi ndani ya Kanisa wafanyavyo), hakika tokea ukombozi wako tutakuwa sote milele, lakini wewe utakuwa mdogo kinafasi kwetu watiifu, na tufanzao wengine kuitii.

Huu utii wa toraha ya kiroho maana yake nini? Ni ukweli kwamba Yeshua ameitimiliza kafara yote. Pia yako marekebisho katika tafsiri ya chakula (kosha), na aina za matoleo ambazo zitabidi zitegemee mazingira ya maisha yako katika utimilifu wa lengo lile-lile. Katika hili ni aina ya toleo pekee inayo badilika na siyo kiasi, au sababu, au namna ya utoaji huo. Pia ni kuto-kuwepo kwa matumizi ya sanamu au picha sinagogini, bali utegemezi wa maandiko matakatifu pekee katika kila kitu na jambo kusanyikoni (eklesia).

Sinagogi hili katika ukamilifu wake wote huu, bado kusimama kati yetu, lakini tunatarajia hilo kudhihirika siyo kitambo sana tokea sasa. Kuelekea hili yapo marekebisho makubwa ya katekisimo, liturjia, kitabu cha sala, kitabu cha nyimbo, huko mbele tuendako. Hayo yatakuja katika wema na ubaya kama iendeleavyo sasa katika kanisa la Ulaya na Marekani. Kanisa uzungumzaye Kiswahili unao muda kwa sasa kuendesha hili, ili lifanyike katika wema pekee. Lakini swali kuu ni kwisha kusoma hili chokozo lake humu, je wewe unao ustahimilivu wa kutaliki desturi na mila ulizo zizoea?

Hili silo suala la kumpokea Yeshua Kristo, kwani sote tu wana wa Mungu YAHWEH, hili ni suala la kufagia nyumba kujiandaa kwa mwisho wa nyakati. Ukindu mmoja wapo wa fagio hilo, tayari umeushika hata sasa mkononi mwako. Hatuta-farakana kuongeza kisicho kuwepo, bali kuondoa kisicho stahili. Pale wewe usiye mwana wa YAHWEH utakapo ona sisi wanandugu tukigombana, kumbuka kuchukua jembe lako ukalime, kwani tukisha maliza magomvi yetu, tunakuja kufanya mavuno. Kiko chama cha siasa ambacho hupambana sana katika chaguzi zao za ndani kutafuta wagombea wao uchaguzini, hao wakishamaliza mpambano wao huko, huwageukia wapinzani wao katika uchaguzi na kuwala staftahi[36].

Kwisha kutambua hilo la utii, sasa vipi kuhusu lile neno pumziko kutumika kama kithibitisho cha hakika ya imani (trust) yako katika kumsubiria Mungu YAHWEH? Je neno hili siyo kutojijali, au kupuuza kabisa mambo muhimu ya maisha yako? Hivi katika kujijali huko mpendwa; ni imani (iletayo pumziko la amani rohoni) au ni hofu (itesayo mtima wa roho yako kwa kisebu-sebu na kiroho papo) ndiyo

Wao wata-inua nyoka; na kama wamekunywa chechote kiuacho {sumu}, hicho hakitaweza kuwadhuru wao; wao wata-wawekea mikono wangonjwa, na hao watapona. ... [Marko 16:17-18].

Je yuko bado kati yetu anaye ogopa kuwekewa sumu? Au anaye mkimbia nyoka? Hivi wewe unaamini katika Adonai Yeshua? Je unaafiki neno hilo alilo-rekodi Marko kuwa ni ahadi kwako iliyo sehemu ya kipengele cha agano jipya? Kama unaamini katika Mwana wa Mungu Yeshua Kristo, na hivyo uko tayari katika jina lake kupokea yale ya kiagano aliyoisha ahidi: sasa nenda kwa yeyote aliye mgonjwa, na weka mikono yako juu ya kichwa chake, kisha sema kwa imani ukiamuru hivi: **katika jina la Yeshua Kristo, nakuamuru pona toka ugonjwa wa ....** (utaje huo ugonjwa) **sasa hivi!**

Je hapa hauja-uamuru mkono wa Mungu kutenda utabibu kwake huyo? Je kwa kutenda wewe katika jina la Yeshua Kristo, ni wewe au yeye katenda? Kama hivi ndivyo, je hili Yeshua alilosema ni jipya au sehemu ya agano la awali kwa toraha? Katika toraha nani anao uwezo wa kuweka laana ya maradhi ya Misri kwa Yisrael? Na nani anaweza waponya Yisrael toka maradhi na magonjwa hayo? – Mungu YAHWEH. Na haya yote hutokea kwao kwa kadri ya utii (baraka) au uvunjaji (laana) wa agano lake nao.

Ni rahisi sana ku-uona upande mmoja tu wa utii wako kwa kutenda haya 4 yajayo mara kama njia ya kufikia mahitaji yako, lakini ipo funguo ya imani, pasipo hiyo matendo haya yote ni bure kabisa. Tusemalo hapa kama ulivyo ona juu ni kwamba; pasipo imani kwa Kristo Yeshua, bora uache kabisa kutenda haya. Sababu asiye mtakatifu na mchafu hayuko kambini hata awe na haki na mamalaka ya kuamuru mkono wa Mungu YAHWEH. Pale tulipo sema toraha imekuwa ya kiroho, tulimaanisha inatenda tokea imani yako katika jina la Adonai Yeshua Kristo.

Kama mpaka sasa bado wafikiria matendo haya 4 ya upendo kiimani ni kwa ajili yako binafsi, tafadhali fikiria tena. Tunatamani ungefunguliwa macho uone upande wa pili, nini matendo hayo yako yafanyacho kwake Mungu wako. Utizamo wa haya tokea macho ya waonao kiroho, na hususani walio juu Mbinguni, ni tofauti kabisa. Kila utendapo hayo wao huona: -

1. Hakika wampenda Mungu,
2. Na ndipo kweli ya utegemezi wako kwake Mungu YAHWEH hudhihirika,
3. Kwani hususani katika jinsi hizi, wewe huyakabidhi maisha yako yote kwake.

Na huku ndiko kuingia pumzikoni mwake, anako kutaka wewe ufanye. Hivyo hili humfurahisha sana yeye, hata iwe kwake ibada kamilifu itokayo kwako. Kwa utendaji huo, utii wako huonekana mapenzi, na kwayo ndiyo umemchagua yeye. Hili jambo la kumpenda ni kuu sana, kiasi uhamio wao kwako hulitegemea hili pale ulipo kombolewa (Yokhana 14:23).

Kama hata mpaka sasa, sisi bado kufanikiwa kukuvutia wewe katika injili hii, labda tuongee kwako kwa lugha ya kidunia. Acha tulinganishe wale watendao ya kweli hii yaani Wayisrael[37], kutambua ipi ni sehemu yao katika utajiri wa kidunia, yaani fedha. Katika orodha ya 29 ya kila mwaka iliyo tolewa na Forbes ikichapishwa tarehe 3 Machi, 2015, ilionyesha duniani kuna mabilionea (USD) 1,826. Na wako Wayisrael 10 katika mabilionea 50 wa kwanza. Na kwa ujumla wao wako Wayisrael mabilionea 151 duniani, na kati yao 14 wanaishi ndani ya Yisrael. Larry Ellison mwanzilishi wa kampuni ya Oracle Corporation ni Myisrael tajiri kuliko wote duniani, akimiliki utajiri wa USD 54.2 bilioni. Pia ni tajiri wa 5 kati ya watu wote duniani. Wayisrael walio Marekani (USA) ni 2% ya raia wote, lakini wako 25% ya Wamerakani 400 matajiri zaidi.

Pia tazama ushangae kuwa, shirika huria la New World Wealth tokea mwaka 2015, wamegundua 56.2% ya mamilionea (USD) milioni 13.1 duniani ni Wakristo, 6.5% ni Muslimu, 3.9% ni wa Hindu, na 1.7% ni Wayisrael, na waliobaki 31.7% walitambulishwa kama wa dini nyingine au wapagani (wasio na dini). Sasa mpendwa unasemaje? Je unayo njia bora zaidi ya hii tukufunzayo hapa kupata mafanikio katika maeneo yote ya maisha yako? Hakika katika YAHWEH pekee, ndiyo iko amani na starehe ya kufaidi utajiri wako mbele yake ukimpa sifa milele na milele. Amin

Hili tunalo kufunza hapa siyo kumhonga Mungu kule wafanyako makuhani na manabii wa miungu wa uongo. Hata waganga wa kienyeji huku kwetu, uhonga mizimu/ majini katika kutenda tokea msingi huu-huu wa miungu bandia. Watu wa kale walifikiri kuwa; zawadi nono ya mtu huweza mshawishi mungu wake kutenda atakalo. Hivyo manabii wa YAHWEH walikuwa kinyume nao hawa, wao walikuwa vinywa tu vya sauti yake, na siyo madalali washenga wa kumtongoza yeye kufanya watakalo. Manabii wa YAHWEH hufanya na kusema atakalo yeye tu.

Mungu YAHWEH huchungua nia ya matendo yako nafsini ku-uona utii wako, ulio kumchagua yeye, ambako ndiko kumpenda. Hivyo haupo ulaghai, au ubabaishaji katika hili, ni aidha watenda kwa ukamilifu wake wote, au achana nalo hili, na endelea katika hofu na mashaka ukijitwisha ujalifu binafsi wa maisha yako. Hivyo kwa onyo hili kwako usiye yajua haya, na usiye tayari nafsini mwako, kamwe asitende haya 4 kwani haipo siri uwezayo ificha ndani mwako yeye asi-isikie kama tangazo la hadharani. Kila dhamira ya moyo wako huonekana, na kila fikra yako husikika kama mahubiri sinagogini. Tena hayo mawili ni kama yarudiwavyo matangazo ya biashara kwenye televisheni, kwani kila fikra hubeba dhamira iliyo sababu ya kweli na nia halisi ya tendo hilo.

Tazama, usafi na utakatifu wa haya ni kwamba, hii dhana ya hongo (bribe) kwa YAHWEH ni batili kimantiki, kwani haina mshiko. Hivi itawezekanaje yeye aliye fanya hata kuwepo vitu vyote, na kisha kukupa wewe hivyo vichache, iwezekane eti kwako kutumia hivyo vichache vilivyo vyake kumvutia uamuzi wake kwako? Hili hali-yumkiniki na halina maana kabisa kifikra (oxymoron). Ni sawa na kusema eti yeye aonaye dhamira zako aweza zugwa na hila zako ndani ya haya 4 hata akuone ustahiliye utajirisho na amani yake vilivyo zawadi za watoto wake pekee. Badilika mpendwa katika kweli, haki, na upendo, ili uweze lifikia hili.

Liko moja jingine ambalo tunatamani kwa nia yetu yote, wewe nawe uone na kuangalia tuki-tizamacho, kwani katika haya sisi tulipita kwa wembamba wa uzi wa sufi kulifikisha kwako. Kuepuka usije anguka, hili ni onyo jingine tena kwako. Haya matendo 4 ya upendo kiimani tutakayo yataja mara, kamwe siyo kibali cha leseni kwako, bali ni muunganisho wako kiutii kwazo ahadi za baraka zisimamazo kwa utashi wa YAHWEH. Tazama, msingi wa yote ni mahusiano kwanza (kuwa sehemu ya Ufalme wa Mungu), ambako ndiyo kumpenda, yaani kumchagua yeye kila unapo-tii maagizo yake.

Kwa sababu yake hili alisema kwa Matityahu 6:33 ... *Lakini nyie utafuteni kwanza ufalme wa Mungu, na haki yake; na mambo yote haya {vitu vyote hivi} shuruti vita-ongezwa {vita-zidishwa} kwenu.* ... Hata agano la awali lilitambua hili kwa Mithali 10:22 ... *Baraka ya YAHWEH, hupelekea utajiri, na yeye haongezi huzuni kwayo hiyo.* ...

Katika haya 4 utashi wa YAHWEH umeletwa mbele yako kwa kasi yako, matamanio yako, uchaguzi wako, ukipaumbele wako, kwani hutegemea utajo wa hicho utakacho kwa tendo la utii wako. Pale usalipo taja moja kwa moja utakacho, na kamwe usifanye kuzunguka. Haya yanahusu maeneo yote ya maisha uhitajio utajirisho, na siyo kwa yale ya fedha au mali pekee. Kaka yetu katika imani Dr. Rodney Howard kwa usahihi kabisa alisema kuwa: ni vitu viwili tu kwavyo shetani hutupiga vita; urithi wa maisha ya milele, na fedha (utajiri). Je siyo kwayo haya mawili ukombozi wa Mungu ulikufikia?

Baraka Zilizo Wekwa Katika Toraha - Mfano Zaka, Sadaka Nakadhalika:

...Je mtu atamwibia {ata-mdhulumu} Elohim? Na bado nyie mmeniibia {mmenidhulumu} Mimi. Lakini nyie mwasema, Wapi hapo sisi tume-kuibia {tume-kudhulumu} wewe? Katika zaka {fungu la kumi} na terumah. Nyie leteni zaka zote katika chumba cha hazina {hekaluni}, kwamba hapo chakula {nyama iliyo katwa-katwa} kiweze kuwepo katika nyumba yangu, na ni-thibitisheni sasa Mimi kwa hili hapa, asema YAHWEH Sabah, Kama Mimi sita-kufungulia wewe madirisha ya Mbinguni, na ku-kumwagia wewe nje baraka hata pasiwepo pa kutosheleza. ... [Malakhi 3:8,10].

Ni ushawishi wetu kwamba, katika jamii ya leo zaka na sadaka shuruti zichukue sura ya pesa. Tunasema hivi kwa sababu, shughuli za kiuchumi za wengi wetu zinategemea aidha ajira au biashara. Hata wakulima, wavuvi, na wafugaji wengi wao leo hii, kimsingi ni wafanya biashara wa kilimo (agriprenuer) katika nyanja hizo. Kwa kuwa fedha ndiyo njia ya kubadilishana (medium of exchange) kupitia mauzo, basi matoleo mengi kama siyo yote, leo hii ni vema yafanyike kwa pesa.

Kabla ya kwenda mbele hata hatua moja, hebu tuwekane sawa kuhusu hili la pesa, sababu kusanyikoni uko upotoshaji mwingi sana. Yule aliye leta ulaghai wa ufukara kuwa mapenzi ya YHWH kwako, pia alichezesha kihuni maana sahihi ya andiko la I Timotheo 6:10 ... *Sababu ulafi wa pesa {tamaa ya pesa} ndiyo mzizi wa kila*[38] *uovu {uovu wote}: ambao wakati baadhi wametamani hizo, hao waliteleza {waki-danganyika} toka imani, na kujitoboa wenyewe mpaka ndani kwa masikitiko mengi. ...*

Tafsiri nyingi sana huchukua neno la Kigiriki 'philargyria lilo tumika hapo juu likimaanisha matamanio ya kuwa na fedha nyingi, ambalo ni sawa na neno la Kiingereza 'avarice' na kuligeuza kumaanisha upendo au kupenda au mapenzi. Kamwe haipo nafasi kati ya upendo (love) na kutamani (covetous). Kwa jinsi hii tafsiri nyingi za Kiswahili zikarithi kasoro hiyo, na kusomeka mapenzi ya fedha/ pesa, au kupenda fedha/ pesa.

Pamoja na sisi kuafiki tendo la mtu kuweka pesa mbele ya Mungu YAHWEH kuwa dhambi ya kuabudu sanamu, lakini hatuoni vipi ulafi huu wa pesa, ulipelekea lucifer kuanguka toka neema, au vipi hili li-limhusu Adam katika uanguko wake. Na vipi toraha iwe kimya kwake hili kama ni kuu hivi, au kwa nini tusimwone Yeshua akijaribiwa na satani kwalo hili? Kifupi, tunaafiki madhara ya kuabudu sanamu-pesa, lakini hatuoni ukati wake hili katika maovu yote duniani.

Tunauona uhitaji wa kile mtume Shauli asemacho kwa kijana wake Timotheo vizuri sana kwacho kizazi cha leo. Sababu wengine wetu (waumini) hudai rushwa makazini mwetu ndipo tutoe huduma, na wengine wetu hata uiba kwa ufisadi mali, aidha ya umma, au ya mwajiri wako. Tokea haya maovu, hawa hujikuta matatani, na hata wengine huishia kifungoni, palipo majonzi, masikitiko, na kujutia sana.

Mpendwa, pesa huchukua wasifu wa huyo iliyopo mkononi mwake. Wewe utaipata fedha kwa njia ya baraka (YHWH), na kwa kuenenda katika upendo (pasipo ukioko wa maandiko). Ni katika haya pesa mkononi mwako mpendwa, huwa kile Shelomoh alicho kisema kwa Mhubiri 10:19 ... *Karamu {ya chakula} huandaliwa kwa ajili ya bashasha {vicheko na furaha}, na mvinyo huchangamsha {kwani uondoa aibu}: lakini pesa hujibu yote. ...*

Bado tukiwa katika kuwekana sawa, tungependa mpendwa ujisomee ukitulia Luka 16:1-13. Hapo utagundua utoaji wa pesa, ndiyo utoaji mdogo kati ya yote. Kuanzia mstari wa 11 tunaona kama wewe hauwezi kuwa muaminiiifu mbele za YAHWEH kwa fedha (huu ulio utoaji mdogo kwake), sasa vipi unafikiri yeye anaweza akakuaminii kwa utajiri huu mkuu tunao kufunza hapa tokea ahadi zake za kiagano? Mstari wa 12 unafunua kwamba, kila ulicho nacho shuruti kitoke kwa mwingine, na kama hauwezi kuwa muaminifu kwa hicho-hicho cha mwenzio, je vipi yeye atakuamini hata akupe kilicho chako?

Hebu tuweke hili swali la mwisho katika lugha uliyo izoea zaidi, na kwa maneno yatumikayo kila siku mitaani, ili wewe uelewe vema: kama mimi siwezi kukuamini wewe katika hiki kidogo tokea mshahara wa ajira yako leo, sasa vipi unafikiri naweza kukuamini hata nikupe biashara yako binafsi? Je utautoa wapi uwezo na nia ya kutoa hicho sasa kilicho kingi zaidi ya kile kidogo cha awali, hata ulipe zaka yangu, na kutoa sadaka yenye wingi ukugusao? Shuruti sasa umeanza kuelewa nini maana ya roho ya toraha (the spirit of torah), na nini maana ya mahusiano na Mungu YAHWEH.

Ni mstari wa 13 ndipo anapo pigilia msumari wa mwisho, pale anapo hitimisha akisema; hakuna mtumishi wa ndani awezaye tumikia wakuu wawili, kwani aidha atamchukia mmoja, na kumpenda mwingine, au mmoja atamtii, na mwingine hata-mtii. Mtu huwezi mtumikia Mungu YAHWEH na mamoni (mungu bandia wa utajiri). Kule nyuma uliona mtume Shauli akimwonyesha mwanaye Timotheo, nini hutokea pale mtu anapo ipenda pesa kuliko Mungu YHWH.

Na hiki ndicho hupelekea mtu kutomlipa zaka yake kwa kila ongezeko la kipato chake, au kutoa sadaka ambayo hata utokapo sinagogini, tayari umesha sahau ni kiasi gani ulitoa. Hii ni kwa sababu ilikuwa kiduchu[39] hata isikuguse nafsini mwako. Kila unapo weka pesa juu ya YHWH, kimaandiko wewe umeipenda pesa, na umemchukia YHWH. Na huku kwa lugha ya Mbinguni ni sawa kabisa na kumchagua mamoni juu yake YAHWEH. Hapa hayapo mahusiano mpendwa, na hapa si mahali pa yeyote kuwepo. Unazikumbuka zile laana tulizo orodhesha nyuma kule? Mmhhh, ukitenda hivyo, umezichagua. Pale afanyapo hivi yule asiye wake, hakuna maneno, kwani ana endelea kulowea katika upotevu wake tu.

Shuruti sasa umeelewa ni kwa nini rabai farisayo msomi Shauli, alimwambia mwanaye Timotheo kuwa: *ulafi wa pesa ndiyo mzizi wa kila uovu {uovu wote}*. Kama ulivyo ona hadi sasa, hakuna uovu ulio mkuu zaidi ya kumkana Mungu YAHWEH. Kwani tendo hili ufanyapo wewe uliye amini, hufungua mlango ule wa laana zote zile, zilizo kitovu cha uovu wote maishani mwako. Kwa jinsi hii wengi wamejidanganya na kuanguka toka imani sahihi, hata wajikute matatani na kwenye masikitiko mengi.

Huu mlango wa laana kamwe usifunguke kwako, na uovu wa laana hizo kamwe usikuguse wewe. Toa sadaka inayo gusa ridhaa yako, na lipa fungu la kumi (zaka) kila upatapo kipato kipya. Usikiguse kitakatifu cha Mungu YHWH, ili wewe na familia yako muishi, mshinde, mtajirike, na kufanikiwa maishani (Matendo 4:35-37-5:1-12).

Acha sasa tufunge haya mawaidha[40] kwa kusema hili la mwisho; fedha (currency) ndiyo mzani wa thamani utumikao katika mabadilishano (medium of exchange). Tokea fedha chechote huweza julikana thamani yake kwa kutegemea uhitaji wake sokoni (supply), au gharama za uzalishaji wake (cost of production), au uadimu wa upatikanaji wake (scarcity). Haya huamua bei (price) ambayo hufanyiwa urari wake na fedha. Tokea hapa kila pesa (money) kwa jinsi zao, aidha ni ya urari (ulinganifu wa kubadilishana) wa wanyama, au madini kama ya dhahabu, fedha, shaba, au ni kwa karatasi kama noti (shekel, shilingi, dollar, rupia), hupewa kiasi cha malipo yake kwa bidhaa hiyo (value).

Katika Ufalme wa Mungu, baraka ndiyo fedha itumikayo kufanyia mabadilishano (medium of exchange), kupitia imani. Lakini ufalme wa satani duniani ujulikanao kama ubabiloni, hutumia pesa kama fedha yao itendayo kwa tabu, mashaka, na mahangaiko. Katika imani baraka hufanyika hicho unacho hitaji kupitia utukufu (kilema kupokea mguu), na wakati mwingine baraka hupelekea pesa kukufikia, ili ubadilishe kwa hicho muumini unacho hitaji.

Hicho ambacho dunia ina kiita bidhaa (product), au wanacho kitumia kuzalisha kiwandani (malighafi), ni matokeo ya utendaji wa utukufu katika uumbaji. Hata huduma (services) hutegemea watu walio wahudumu hapo (kiumbe). Hakuna chechote Dunia inacho zalisha, au tengeneza, au kilichopo, kisicho tokana na uumbaji. Kwa jinsi hii, umiliki wake hata hivyo bado uko na Adonai Yeshua Kristo, na hivyo uko kwetu waumini kwa kadri ya Yokhana 16:14-15, 17:10.

Kutokea hivi (visivyo hitaji utendaji mpya wa utukufu), muumini hupewa bidhaa ya kutengeneza au kuzalisha hata uuze sokoni. Ndipo ujipatie pesa kubadilisha kwa hicho, au hivyo unavyo hitaji. Kama ni kilimo (mazao, mifugo, samaki), baraka hutenda katika rutuba, uzalishaji, na hata mvua, ili wewe uwe tajiri wa hivyo, hata wale wa babiloni wakutegemee na kukupatia fedha zao kama ilivyo kuwa kwa Yitzhakh (Mwanzo 26:1-6, 12-16,) na Yosef baadaye (Mwanzo 47:13-20). Na kama ni kiwanda, au biashara ya kuuza bidhaa au huduma; yeye hukupatia wafanyakazi bora, makini na werevu, pamoja na wateja wa kutosha kununua, au kutumia huduma yako hiyo bora zaidi ya washindani wako.

Baraka ndiyo hutenda haya yote kwako muumini kwa imani, tena ukiwa pumzikoni, kama afanyavyo juhudi kukufunza haya yote hapa. Mpendwa, baraka ndiyo fedha ya kiroho, na haya ya uchumi wa Ufalme wa Mungu, huyafanya upuuzi yale ya mfumo wa uchumi wa babiloni, ulio tegemezi na hangaishi. Hivyo ndivyo Mkristo ikupasavyo kujielewa, kuishi, na kuenenda maishani mwako, katika siku zote uwapo hapa duniani.

Kama wewe ni mtu makini shuruti umeona siri ya kile tukufunzacho hapa mpendwa, hii ndiyo hakika ya jinsi ya kuhamisha pesa toka ulimwenguni, na kuzitiisha katika Ufalme wa Mungu. Huu ndiyo ujumbe alio tutuma sisi kukuletea wewe muumini usomaye leo hapa. Sasa wewe inuka, na nenda nje kule kaitiishe fedha katika jinsi hizi; na lete uhamisho mkuu wa pesa za sirini, na zile walizo zificha, na zile wanazo jikusanyia, katika nuru ya Kristo. Katika vita hii kamwe usizitegemee aidha akili zako mwenyewe, au juhudi zako binafsi (Marko 4:19, Luka 8:14, 21:34, Wafilipo 4:6, I Petros 5:7), bali maandiko na maongozi yake. Yeye anaijua njia, na pia ana pajua wapi ana kupeleka.

Kama hivi ndivyo mambo ya utajirisho hutendeka na kuwa, sasa hili la wewe kung'ang'ani pesa za malipo yako ya zaka na sadaka zake latoka wapi? Je unataka kupoteza uadilifu na uaminiifu wako kwa hili lilo dogo kuliko yote? Pesa ni tokea mojawapo la baraka, tena likiwa dogo kuliko takribani yote tuliyo yataja hapo juu. Mpendwa usikubali ujinga wa kudokoa toka fungu linalo lipia gharama za usambazaji wa injili kati yetu tuzungumzao Kiswahili. Huko kutakuwa sawa na kupigana pamoja nasi, lakini wewe ukiwa upande wa pili, aliko satani na ibilisi zake.

Zaka

NENO ZAKA KATIKA BIBLIA humaanisha moja ya kumi ($^1/_{10}$) ya hicho ambacho hukupasa wewe 'kulipa' kwa Mungu wako (Mwanzo 14:20, 28:22, Walawi 27:30-34, Waebrania 7:2-4). Sehemu ya kwanza ya pato lako ndiyo moja ya kumi ($^1/_{10}$) hutwaliwa, kabla ya kodi (gross income) kwa maelekezo ya Torati 14:22. Hili ni sahihi sababu hata hicho unacho lipa kama kodi, ni sehemu ya kipato chako.

Ufalme wa Mungu huchukua $^1/_{10}$ yake kabla ya yeyote mwingine; sababu ya uwa-kwanza wake, sababu ya nafasi yake ya heshima, na sababu ya umuhimu wake kwako. Yeshua Kristo katika andiko la Matityahu 23:23 pale alipo fanya marejeo ya zaka, alitaja jambo hili kama kitu ambacho yampasa mtu 'kulipa' na siyo 'kutoa' tofauti na makundi yote mengine 3 yalivyo (Waebrania 7:9).

Kwa jinsi hizi zaka yafanyika malipo yako ya kodi kama raia wa Ufalme wa Mungu ukiwa hapa duniani. Kama vile serikali za watu watumiavyo kodi kulipia mishahara waajiriwa wao, na kutendea yote mengine ya maendeleo, hivyo ndivyo navyo Ufalme wa Mungu hufanya duniani kupitia matoleo mbalimbali, na zaka ikiwa mojawapo. Yisrael kwa toraha wanazo aina za zaka tofauti tofauti, lakini kwa uchanga wako kwa sasa kanisa unaye zungumza Kiswahili, tusisitize hii moja pekee. Ni kwa utii wako katika mahusiano haya, ndiyo wewe huweza kuifikia ahadi ya baraka kiimani kupitia neema ya Kristo Yeshua, hata uishi siku za Mbinguni leo hii hapa duniani (Torati 11:21, Zaburi 89:29).

Hesabu hii ya zaka hufanyika kila mwaka juu ya wanyama wote (gross total), na siyo walio zaliwa mwaka huo pekee (net increase – chukua waliopo sasa toa walio kuwepo baada ya zaka ya mwaka uliopita). Je huku siyo kusema juu ya fedha zako zote, au mali yote utumiayo kufanyia biashara (capital employed)? Hapana, siyo kusema hivyo.

Kwa kuwa juu tulielemea sana kwa waumini kumiliki biashara zao na viwanda, kuliko kulenga ajira maishani mwao, basi acha tujibu swali hilo juu kwa lugha ya pale kanisa tuzungumzao Kiswahili tutakapo fika huko. Fimbo ya Mlawi juu ya mifugo uhesabu wote, na kuchukua 10% ya mifugo hao hadharani. Kwa kuwa zaka siyo matoleo kama sadaka ilivyo, bali ni malipo yako kwa YHWH, hivyo haipo siri kwayo, sababu ukusanyaji mkubwa hupelekeka sifa kwa YHWH aliye bariki zaidi watoto wake mwaka huo.

Kuhusu hilo la zaka kuhesabiwa juu ya jumla ya mtaji wako wa biashara ya mifugo siyo sahihi. Tuna-hukumu hivi sababu; fimbo ya Mlawi (katika uwepo wa kuhani), kamwe haikuhesabu chechote kingine hapo zaidi ya mifugo hiyo pekee. Hii ina maanisha; mazizi, wafanyakazi, majosho, mabwawa, usafiri, na vyote vingine utumiavyo kufanyia ufugaji huo, havilipiwi zaka. Hivyo zaka iko katika idadi yote ya mifugo unayo imiliki ifikapo siku ya malipo hayo (na siyo kwa mwaka mzima – sababu haulipii walio kufa), iliyo mara moja tu kwa mwaka.

Kutokana na mabadiliko ya ufugaji kuwa sasa wa kibiashara zaidi, basi tungependa kupanua tendo hili ili kuendana na wakati. Tutafanya hivyo huku tukiachia mwanya wa wewe mfugaji kuchagua njia ipi ina zaka zaidi kwa YHWH uitende. Tuseme biashara kubwa huwa katika Krismasi za kila mwaka, ambako huweza chinja au uza mpaka aslimia sabini (70%) ya mifugo yako. Na sinagogi lako hukusanya zaka za mwaka kila ifikapo tarehe 1-21 ya mwezi wa kwanza wa kila mwaka.

Sasa usifanye ujanja wa kwenda katika zizi na kuhesabu ng'ombe 30 na kutoa zaka 3 au pesa sawa na thamani ya ng'ombe 3, wakati unajua wiki 2 zilizopita umeuza ng'ombe 70 toka zizini mwako. Je isingekuwa vema ukawa unalipa zaka kila uuzapo ng'ombe? Tunasema hivi sababu fedha ya mtaji wa kununulia ng'ombe, tayari ilikuwa imesha-lipiwa zaka. Hiki ndicho sisi hukiita roho ya toraha, ionyeshayo upendo wako kwa Mungu YAHWEH. Naye ataku-zawadia!

Kuelewa hili zaidi mtizame mkulima aletaye zaka ya mazao yake hekaluni, huyu naye hubeba mazao tu, na kamwe hajumlishi thamani ya ardhi, wafanyakazi walio ajiriwa msimu huo, wanyama walio tumika kufanyia kazi hiyo, au gharama ya kukodisha trekta au kutumia trekta lako, na vyote vingine. Hivyo zaka ya mmiliki wa kiwanda au mfanya biashara ni kwa kadri ya mauzo yako pekee kabla ya makato yeyote (annual gross sales). Sisi hufanya hivi, lakini kwa kila mwezi, pale tufungapo hesabu za mauzo (mapato) ya mwezi huo.

Wako wanao sema ni baada ya kutoa gharama za uzalishaji (thamani ya kununulia malighafi, mishahara, kodi, usambazaji, matangazo, leseni, vibali, na malipo ya nishati kama umeme, mafuta, na maji), yaani wanalipia zaka faida pekee (total net income). Wao hudai hiyo ndiyo nyongeza pekee itokeayo katika mtaji kwisha kufunga vitabu vyao vya uhasibu (books of accounts). Husema hivi kwa sababu, thamani ya mtaji (capital employed) tayari zilisha lipiwa zaka huko ziliko tokea katika vipindi vya uwekezaji.

Ukiliona hili kijuu-juu wako sahihi, kwa jinsi watumiavyo kanuni za kiuhasibu, lakini yako mengi yamejificha hapa. Ni sahihi kusema fedha yao ya kuanzishia biashara hiyo shuruti ilitokea katika vipato au nyongeza ambazo zilisha lipiwa zaka, hivyo haina maana kulipia zaka mara mbili (double tithing). Tutalirudia hili nalo baadaye kidogo. Lakini mapanuzi yeyote ya biashara hiyo, shuruti yafanyike kama matumizi ya mtaji (capital expenditure), na hivyo hili lisi-jumlishwe katika gharama za uendeshaji (reccurent expenditures), ambako hata gharama za uzalishaji zimo. Na kwa kusema hivi, matumizi yote ya mitaji shuruti yalipiwe zaka mwishoni mwa mwaka wa fedha (financial year).

Hii hoja yao siyo nyepesi, sababu kwa ukweli, na tena kwa kadri ya matamshi ya Mosheh kwa Torati 14:22,28, 26:12, zaka iko juu ya nyongeza (increases) Mungu YAHWEH anazo kubariki mwaka hadi mwaka. Na tafsiri makini ya neno hilo nyongeza kuwa ndicho atendacho YHWH kwa baraka, ameifafanua vema mtume Shauli katika I Wakorintho 3:6-7. Kwisha kuafiki hili, sasa mtizame Adonai Yeshua akitandika fimbo unafiki wa mafarisayo kwa Luka 18:12 ... *Mimi nafunga mara mbili kati ya shabath na shabath {katika wiki}, mimi natoa zaka {moja ya kumi} ya vyote kwa kadri ya ninavyo pata. ...*

Tunajua usomaji makini wa azungumzacho Adonai utakuonyesha alikuwa akiwakebehi watani zake mafarisayo, lakini ili kebehi ishike, shuruti kisemwacho kiwe makini kwake huyo afanyiwaye kebehi. Sasa hapa ndipo huja kwetu maswali haya: Je kwa halakha mafarisayo walikuwa wakitoa zaka kila mwaka ya vyote anavyo miliki (capital employed + stock inventory)? Lipi ni lipi hapa? Na je walikuwa wakitoa zaka kila wapatapo au mara moja kwa mwaka?

Ujadilifu wetu wa fimbo ya Mlawi ni makini, kuwa siyo mtaji wote wa mfugaji (capital employed), lakini atoacho mfugaji ni tokea mifugo wote alionao (gross total), pasipo kutoa walio kuwepo katika mwaka wa zaka uliopita (net increases). Hivyo zaka ya kiwanda au biashara yako mpendwa, ni jumla ya mauzo/ uzalishaji wote (annual gross sales). Lakini hivi sivyo alipavyo mkulima; kwani yeye huchukua moja ya kumi ($^{1}/_{10}$) ya alicho vuna na kupeleka hekaluni. Haupo ujadilifu hapa wa mazao yake ya mwaka jana ambayo bado yapo ghalani akiyatumia kwa chakula mpaka sasa (stock inventory), bali ni mavuno pekee (net increase).

Sasa kuwa makini katika hili tusemalo, na kumbuka kila utendapo kuichungua dhamira yako (intent of the heart), kwani hiyo ndiyo ushuhuda unao sikika kwa Mungu YAHWEH juu Mbinguni, na siyo hilo tendo lako hapo. Ukichagua njia ile yetu ya mauzo yote kabla ya makato (gross total) kama iwavyo kwa mfugaji, dhamira hufanyia ushuhuda wako Mbinguni kwa nini umechagua hivyo. Na kama ukilipa kama wenzetu walivyo shauri tokea nyongeza ya mwaka huo pekee (net increases), bado dhamira yako hutolea ushuhuda, ipi ni sababu halisi iliyo kusukuma utende hivyo. Je kama ingekuwa ni wewe ndiye unaye pokea, vipi ungetaka itendwe kwako? Jibu lako la dhati hapa ndicho kipimo cha upendo wako, na hivyo haki kwako kutenda kwa kadri ya Matityahu 7:2.

Toraha ile ya matendo ya kimwili imeshapita, na sasa tuko katika toraha ya kiroho, ithibitishayo upendo kwa utii. Kama unachagua kiasi kilicho kidogo zaidi, wewe unao utii, lakini katika mzani wa upendo, unatetereka. Lakini kama dhamira yako yashuhudia wachagua njia ya mkulima na siyo mfugaji, sababu hivyo ndivyo biashara yako ilivyo pia, wewe unao utii, na upendo umekutikana ndani mwako. Ni rahisi hivi mpendwa, toraha imesha andikwa ndani akilini mwako, hivyo una-hukumiwa (condemned) au ku-halalishwa (justified), na dhamira yako mwenyewe. Kama hivi ndivyo, basi pale ulipo na shaka, wewe chagua njia iliyo ngumu, na ndefu zaidi.

Kana kwamba hili halitoshi, sasa sikia hili: inakuwaje kama fedha za mtaji zina-patikana kwa mkopo wa benki? Bila kuzungusha maneno, sisi hatuafiki mikopo kuwa ndiyo njia ya mafanikio, kwani apokeaye humilikiwa na mtoaji, na riba iko juu kumnufaisha mkopeshaji (lender), na siyo mhitaji ambaye ndiye mkopeshwaji (borrower). Lengo lake hili siyo kugawanya utajiri kwa wasio nacho, bali kulimbikiza (primitive accumulation) huo kwa walio nao zaidi na zaidi pasipo ukomo (ubabiloni). Pia ikumbuke baraka ile ya wewe kuwa mkopeshaji (lender) na siyo mkopaji (borrower), kwani kinyume chake ndivyo laana hufichuka maandikoni.

Sisi Tuna-amini katika baraka itendayo kazi kwa kasi yake pasipo kurukia mwisho. Kama mtaji wote ni mkopo, basi hilo ni tatizo, lakini kama mkopo ni sehemu ndogo ya mtaji kwa lengo la kufanya mapanuzi nje ya mipango, ili kumudu wingi wa uhitaji wa bidhaa zako sokoni, na deni hilo linaweza kulipika ndani ya mwaka huo huo, basi hili ni afadhali, lakini bado utegemezi wako haupo mahali sahihi. Mpendwa Mungu YHWH anaweza pasipo uhitaji wa mkopo. Kumbuka mkopo kwako ni sehemu ya laana, na siyo baraka katika orodha ile (ni baraka kama wewe ndiye ufanyaye ukopeshaji, lakini shuruti usiweke riba[41] kwa muumini mwenzi wako, bali kwa wote wengine). Amin

Kwisha kuambiana ukweli mchungu katika hili, sasa acha turudie swali; kama tulivyo sema, lengo la mkopo ni kuinua ngazi ya maisha yako kwa kurukia pale ambapo hauko, hivyo hii ni nyongeza katika maisha yako, na shuruti asilimia kumi (10%) kama makato ya awali ilipwe kwa Mungu YAHWEH kwanza. Pasipo kufanya urudifu wowote tena hapa, tulisha jadili juu kuwa, mtaji wa aina yeyote ile shuruti nao ulipiwe zaka, sababu huo ni nyongeza ya kile ulicho kuwa nacho awali.

Pale tulipo kaa mezani kujadili hili, ulikuwepo ujanja wa kuficha umiliki wa kampuni inayo kopeshwa kupitia mbinu za kisheria, kwamba kampuni iliyo sajiliwa kama limited, ni huru na tofauti kabisa (legal entity) na mmiliki wake. Na kwamba hawa wawili, hata kama mmiliki huyo ni mkurugenzi, bado kila mmoja hubeba uwajibikaji wake binafsi pasipo kumuathiri mwingine katika masuala kama ya mikataba, mikopo, kushtaki/ kushtakiwa, kuajiri, kumiliki mali, kulipa kodi na kadhalika.

SISI: Je benki wanapo kupa mkopo huo, huwa wanaipa biashara yako (kampuni), au wewe mkurugenzi wa biashara hiyo?

MKOPAJI: Wanaipa biashara yangu.

SISI: Kampuni yako ilikwenda kuweka saini mkataba huo? Na huyo alikuwa ni mtu au kampuni hiyo kwa ubinafsi wake?

MKOPAJI: Ndiyo, mimi ndiye mkurugenzi, ni mimi niliye weka saini hiyo.

SISI Je kampuni yako ina dini, au imesha fanya uchaguzi binafsi wa kumpokea Kristo Yeshua? Au inafuata imani yako mmiliki wake?

MKOPAJI Kampuni haina dini wala utashi wa kumchagua Adonai Yeshua kwa ubinafsi wake. Mimi ndiye Mkristo, na ninafuata maadili kwa kadri ya ujumla wa maandiko matakatifu.

SISI Wewe ndiye mwanzilishi wa hii kampuni na mmiliki wake?

MKOPAJI Ndiyo, mimi ni mwanzilishi, na pia mmiliki wake.

SISI Kwa mkopo huo, mtaji wako (fedha) au mali zako (assets) zinaongezeka?

MKOPAJI Ndiyo

SISI Je benki watoapo mkopo huo aidha kwako au kwa kampuni yako, kiasi hicho kinapo ingia katika umiliki wako, je hiyo siyo nyongeza katika fedha zako.

MKOPAJI Ni nyongeza.

SISI Kwa Torati 14:22,28, 26:12 nyongeza (increases), hailipiwi zaka?

MKOPAJI Inalipiwa

SISI Je hesabu za uhalalisho wa mkopo zilionyesha zaka, hata usiwepo upungufu katika malengo yako?

MKOPAJI Nilifanya hilo, sababu nilijua wajibu huu.

Kwa ujadilifu huu tulilenga zaidi lile la nyongeza, lakini ni ukweli usio pingika kwamba, mara kwisha mkopo huo kulipiwa zaka, basi ulipaji wa deni hilo toka kwenye biashara yako kwenda benki, isiwepo zaka juu yake marudisho hayo. Lakini riba itokanayo na deni hilo, ambayo ndiyo faida ya benki hiyo, hilo hutokana na nyongeza ya biashara yako, basi shuruti hiyo nayo ikatwe zaka. Ni katika mazingira haya peke, sisi uona uhalali wa jumla ya mauzo yote ya mwaka huo (total annual gross sales) kutolewa deni hilo (pasipo riba yake) katika zaka yako ya mwaka huo. Maelezo haya yanatosha kabisa kwa mhasibu kufanya hesabu sahihi za zaka.

Eneo la utekelezaji limesha kamilika, hebu sasa tugeukie ukamilishaji wa malipo hayo. Je nani nampa fedha hizo za zaka hapa duniani, hata nihesabiwe utii juu Mbinguni? Toraha huelekeza zaka kulipwa kupitia Walawi, ambao nao katika kupokea huko huwa pamoja na kuhani. Mlawi akishapokea (kwa ajili ya kugawana kati yao baadaye), la kwanza afanyalo ni kuitenga sehemi ya kumi ya kwanza (10%) kwa ajili ya tolea la kupungwa (heave offering). Hii ndiyo huenda hekaluni walipo makuhani.

Leo hii Mlawi ni nani, na kuhani ni nani? Tuanzie kwanza kule jangwani kuwatambua hawa vema. Mbari ya Mosheh na Aharon ndiyo wana wa Levi, hawa wote YHWH aliwatwaa kuwa wake katika huduma za tabanakoni. Kisha katika wana hao wa Levi, alimchagua Aharon kuwa mstari wa watoto wake pekee, ndiyo watakao kuwa makuhani kuhudumu ndani ya tabanako lake. Hivyo wana wote wengine wa Levi (Lawi) walifanya kazi zote za hekaluni nje kama ulinzi, usafi, kukata kuni, kuhamisha tabanako na zote nyingine. Ni wao hawa walio ulinda utakatifu wa YHWH tabanakoni, kwa kuzuia asiye husika hapo kusogelea. Hawa ikibidi hubeba silaha, na wanacho kibali kuzitumia, hata juu ya ndugu zao (na walisha fanya hivyo).

Tokea ujio wa Kuhani Mkuu Yeshua Kristo, uhudumu wa Levi tabanakoni (sanctuary) bado kusitishwa, lakini ameinua waumini wake wote (Wamashiah[42]) kuwa hekalu lake, na yeye ndani yetu, kuhudumu katika ngazi hii ya ukuhani. Uhudumu wetu huu mpya sasa, ni kwayo injili yake ya neema, huku tukienenda katika upendo. Huku ni sawa na kusema; Levi na Aharon hutenda katika hekalu la kimwili, lakini Wamashiah hutenda katika hekalu la kiroho kupitia uinjilisti na upendo, kati yetu wote tuzungumzao Kiswahili. Hii ndiyo hukumu yetu: kwayo hayo mawili, wewe kabidhi zaka zako.

Acha tuongee lugha inayo eleweka kwa urahisi huku kwetu, kwa sababu za unyeti wake hili kusanyikoni (eklesia). Ukoo wa Aharon ni kati ya koo nyingi ndani ya kabila la Levi. Hivyo kimahesabu ni sahihi kwa YHWH kuwapa hizo koo nyingi zaka zote, lakini shuruti kwanza wakusanye mbele ya kaka yao kuhani, na wampee huyo mmoja kati yao asilimia kumi (10%) ya makusanyo hayo yote (kama toleo la kupungwa).

Je bado unakumbuka tofauti zao? Mmoja anasimama mbele za madhabahu, yaani makuhani (wanapata 10%), na mwingine anahudumu nje ya tabanako, yaani Walawi (wanapata 90%). Kanisani leo tunalo daraja la ukuhani pekee, kwani Walawi hawapo. Pia katika zama zetu hizi, hekalu halipo Yerushalem hata sehemu ya zaka kwenda huko. Tunasema hivi sababu katika zama za Kristo Yeshua, sinagogi (mafarisayo) halikuigusa zaka, kwani hiyo ilikuwa stahiki ya hekalu pekee (masudukayo). Kanisa (eklesia) leo ndiyo sinagogi (eklesia) la zama hizo.

Tumekwenda kote huko, ili ku-kuuliza mpendwa; Je unalo pingamizi lolote dhidi ya hukumu yetu juu, ilengayo kuleta utatuzi wa hili suala kwa kutumia hicho walicho fanya, na siyo nani aliye pokea? Kinyume chake hili ni usitisho wa zaka mpaka hekalu litakapo simama tena. Kwa uinjilisti na upendo, sisi tulichukua hekima za watangulizi wetu.

Vipi kuhusu Malakhi 3:8,10? Pale aliposema ... *Je mtu atamwibia {atamdhulumu} Elohim? Na bado nyie mmeniibia {mme-nidhulumu} Mimi. Lakini nyie mwasema, Wapi hapo sisi tumekuibia {tume-kudhulumu} wewe? Katika zaka {fungu la kumi} na terumah. Nyie leteni zaka zote katika chumba cha hazina {hekaluni}, kwamba hapo chakula {nyama iliyo katwa-katwa} kiweze kuwepo katika nyumba yangu, na ni-thibitisheni sasa Mimi kwa hili hapa, asema YAHWEH Tsebah, Kama Mimi sitakufungulia wewe madirisha ya Mbinguni, na ku-kumwagia wewe nje baraka hata pasiwepo pa kutosheleza. ...* [sisi tumepigia mstari kuonyesha kazi ya zaka].

Lengo la zaka lilikuwa uwepo wa chakula hekaluni, ili yeye aweze walisha makuhani na Walawi wake. Kama hivi ndivyo, basi lengo la zaka ni shuruti liwe katika chakula cha wahudumu wa injili na wa yale ya upendo katika mwili wa Kristo (hekalu la Mungu YAHWEH). Chakula hapa kwa matumizi ya leo shuruti kumaanishe mishahara, marupurupu na bonasi ya mwaka. Tunahukumu hivi sababu hekalu limekuwa muumini, hivyo wale wote wanao lihudumia hilo, hao ndiyo wanao stahili kupokea zaka.

Wahudumu wa waumini Kanisani leo hii, ni wale wote wanao itekeleza nia ya Mungu YAHWEH juu yao. Sasa ipi ni nia ya Mungu YAHWEH juu ya hekalu lake Kanisa leo hii humu duniani? Wote wakombolewe kwa kumpokea Adonai Yeshua Kristo, na kuiamini injili Baba aliyo mpa kutuletea: -

1. Hivyo kundi la kwanza ni hawa watendayo hayo ndiyo wanao stahili (uinjilisti).
2. Na kundi la pili; ni wale wote wanao hudumu kwa kulisha waumini wake. Hawa ndiyo wahubiri wa kila Sikumosi, au siku yeyote, pasipo kujali ni sinagogini, au kwenye televisheni, au kupitia simu za mkononi (waimbaji wa injili pia wamo

humu).

3. Na kundi la tatu ni wale wote watendayo ya upendo; kama uhudumu wa vituo vya watoto yatima, wajane, wazee nakadhalika.

Makundi haya hayajalishi huyo ni mtu mmoja, au kikundi cha watu, au taasisi, ili mradi tu anahudumu kwake Mungu YAHWEH katika jina la Adonai Yeshua Kristo. Hawa pekee ndiyo kwa kadri ya ujadilifu wetu mpaka sasa, ndiyo wanao stahili kupokea mgao wa zaka, toka kwa waumini wanao wahudumia katika haya yote tuliyo ya oredhesha. Je kwa kufanya hivi zaka hupokelewa pale Mungu YAHWEH alipo amua kuweka jina lake? Kusema ndiyo, inabidi katika huduma hiyo uwepo ushahidi wa aina mahususi ya karama ya Ruak HaKodeshi kwao hao wanao pokea zaka yako.

Na hizi ndizo karama za Ruak Hakodeshi: I Wakorintho 12:28 ... *Na Elohim kwa hakika ameweka katika eklesia {sinagogini, kanisani, kusanyikoni}, kwanza {1} mitume {wawakilishi maalumu kumi na mbili wa Adonai Yeshua Kristo}, wa pili {2} manabii {wapokea neno, au wafichuzi wa maandiko}, watatu {3} walimu {wafunzao toraha}, baada ya hilo {4} kazi za miujiza {maajabu}, ndipo {5} karama {kipaji kwa ajili} ya utabibu {kukinga, kutibu, kuponya}, {6} usaidizi {wa walio athirika}, {7} uongozi {wa watu kufikia lengo fulani}, {8} lugha mbalimbali {kunena kwa lugha ngeni}.* ... [sisi ndiyo tumeweka namba kuzitofautisha].

Na tokea lengo lile la awali, mgao huo ni kwa ajili ya aidha kulipia mishahara, lakini kama hilo tayari liko ndani ya uwezo wa sadaka na matoleo, basi mgao hapo ulenge marupurupu mengine kama kuwanunulia wahudumu pikipiki au nyumba za kuishi. Na kama hata hili linao utaratibu mathubuti unao tumika, basi zaka zitumike kama mgao wa bonasi wa mwaka kwao wahudumu hawa.

Fungu la mgao likisha patikana, acheni kiwango cha bonasi kitumie viwango vya mishahara au ujira kumpatia kila mmoja kwa kadri ya kima cha mshahara wake (aliye na nyingi huongezewa). Katika Ufalme wa Mungu kila mtu na mahali pake, na tena kwa jinsi yake, Baba kwanza, na ndipo Yeshua, ndipo sisi sote kwa madaraja na nafasi zetu zote tokea wa kwanza mpaka wa mwisho, kwa kadri ya karama za Ruak HaKodeshi, na utekelezaji wetu wa toraha.

Pale itakapo bakia siku moja kabla ya ukabidhi wa zaka yako, na umesha maliza uchunguzi wako kwayo hiyo taasisi, au hilo sinagogi, au huyo mhudumu, au hao wahudumu, utakao wakabidhi zaka hiyo; Tafadhali ingia katika chumba chako cha siri, na fanya makabidhiano hayo kwake. Anza kwanza kwa kusoma Malakhi 3:9-12 kabla ya kufanya Sala ya Kukabidhi Zaka. Kisha fanya tafakari ya mambo haya yote tuliyo yaandika katika mada hii ndogo. Ndipo sasa utulie kimya, ukimsikiliza, kama lipo elekezo maalumu kwako. Na ukisha fanya haya yote mbele za Mungu Baba na Adonai Yeshua Kristo walio katika kiti cha enzi cha neema, sasa nafsi yako iko tayari kurudi tena hapa kusali: -

Sala ya Kukabidhi Zaka

EEH BABA MUNGU, LEO mimi mwanao .... (taja majina yako mawili) **unaye nipenda sana, ninakuja mbele zako katika jina la Kuhani Mkuu, na Adonai wangu Yeshua Kristo. Ninaomba kibali cha kulipa zaka yangu kwako, kupitia huduma yako** .... (itaje huduma, taasisi, sinagogi, au jina la unaye, au unao wakabidhi zaka). **Hapo mimi nitakabidhi zaka yangu ya** .... (taja inatokana na nini), **iliyo kiasi cha shilingi** .... (taja kiasi) **zinazo tokana na baraka zako maishani mwangu.**

Zaka hii ni kwa ajili ya kipindi cha zaka kinacho anzia .... (taja tarehe) **mpaka** .... (taja tarehe).

Kwa kadri ya neno lako katika Malakhi 3:9-12; mimi mwanao ninatoa zaka sahihi istahiliyo, na nita-ikabidhi yote katika huduma

yako. Naomba Mungu YAHWEH unibariki kwa chakula hiki ninacho leta katika hekalu lako.

Mungu YAHWEH, mimi sithubutu hata kidogo kukajaribu wewe katika hili la zaka, kwani ninayo imani kwako, kuwa utaitimilisha ahadi yako ya kiagano kwa Malakhi 3:10, na kunifungulia mimi mwanao madirisha ya Mbinguni, na kunimwagia mafuriko ya baraka, hata pasiwepo mahali katika mimi kutosha uhifadhi wake.

Naomba mkemee adui na kumtoa katika mfuko wangu, ili isiwepo hasara au tundu alilo toboa kutoroshea kisiri mapato yangu. Baba zibariki kazi zote za mikono yangu, na katika huduma/ biashara/ kazi yangu, niwe pendezo kwa kila afikaye mbele zangu, na watu wanitafute mimi mwanao kujipatia huduma hiyo.

Ijapo kuwa zaka hii ita-pokelewa na mwakilishi wako, lakini leo hii na mahali hapa nina-kukabidhi wewe Baba yangu kupitia Kuhani Mkuu, Kaka yangu mpendwa Adonai Yeshua Kristo. Zaka hii ni tendo hakikisho la upendo wangu kwako, na hivyo udhihirisho wa utii wangu katika maneno yako. Amin!

Pale kwa hesabu ya fimbo ya Mlawi, maksai au ng'ombe wako wa mbegu anapo angukiwa na hesabu ya fimbo hiyo, ndipo wewe huomba kumbadili. Sababu kubadili ni kuweka thamani zaidi kwako juu ya kile cha YAHWEH, kurudisha usawa ndipo kanuni ya $1/5$ badala ya $1/10$ huingia kazini. Kama una ng'ombe 100, zaka yako ni ng'ombe 10, na ukihitaji kubadili fahali mmoja unatakiwa utoe $1/5$ ya zaka hiyo, hivyo hao ni ng'ombe 2 safi kwa fahali huyo mmoja. Hivyo zaka yako mwaka huo itakuwa ng'ombe 11.

Kwa wewe ambaye ulikuwa awali ukiishi pasipo kulipa zaka, ni shuruti upige hesabu ya vipato vyako vyote tokea siku ulipo tambua uwepo wa malipo ya zaka, hadi leo na kuilipa. Wewe utalipa zaka mara mbili, yaani asilimia ishirini (20%). Hesabu hiyo ni tokea uanze kujitegemea (juu ya miaka 20), na kuwa na kipato binafsi kukimu maisha yako. Kwa yule aliye batizwa akiwa mtu mzima, ni kuanzia ulipo tambua uwepo wa zaka sinagogini au katika maandiko, au usomapo hapa.

Tazama mpendwa, YAHWEH awali alisema, hata sasa anasema, na ataendelea kusema; wewe uki-waheshimu baba na mama yako atakupa wewe maisha marefu, na yenye baraka. Leo tena anasema kwako; kama wewe ukinijaribu (kwa hili la zaka), nitaisikia dhamira yako, tena hata wewe unaye pinga hili, ukitoa zaka (katika msingi wa watoto wangu waliyo kufunza hapa), Mimi nitakumwagia baraka hata usijue nini la kufanya nazo. Hivi rafiki zako wakijua waijua siri hii, halafu hautendi, wakuitaje?

Wakati msingi wa matoleo takribani yote ni usiri wa mtoaji, siyo katika hili, kwani wewe hulipa kisicho chako. Mlawi huja katika mji wako mchana kweupee, na hadharani mbele ya kadamnasi kufanya hesabu ya mifugo yako au mavuno yako. Hivyo Walawi na wewe mwajua hesabu zote. Na hesabu hizo hufikishwa hekaluni pia, zikitambulika na wote walio hapo kama vile majirani zako nao walivyo kuwa na nafasi ya kushuhudia. Hili ni hivi, sababu wingi wa baraka zako hudhihirishwa na wingi wa malipo yako, **na hivyo sifa na enzi hupewa YAHWEH afanyaye hayo maishani mwetu.** Amin

Sadaka

KATIKA BARAKA HIZI zilizo wekwa katika toraha; sadaka ni toleo, wakati zaka ni malipo. Sadaka ni matoleo yako kwa Mungu YAHWEH katika kushukuru au kuomba. Kafara katika toraha ilikuja kwa ajili ya haya-haya mawili, na zaidi ilitumika kuomba uwepo wa amani, upatanisho kati ya mtu na Mungu wake, na lilokuwa kuu zaidi ni utakaso toka dhambi (za kutokukusudia), makosa, au kushindwa kutimiza mitzvot.

Hayo ndiyo tokea jicho la duniani, lakini kwa jicho la Mbinguni; matoleo haya pia hutumika kuonyesha unyenyekevu wako kwake, ukubalifu wa uwepo wake, utegemezi wako kwake, na zaidi zaidi ni njia muafaka ya kumpa sifa na utukufu toka vile yeye alivyo kupa wewe. Utendaji wa haya katika utii wa maelekezo yake, huwa kielelezo muafaka cha pendo lako kwake.

Matoleo haya mahali pengine hutolewa katika ufungamanisho na sala ambayo ndiyo huelezea aina ya toleo hilo. Ni katika kuchambua aina zake ndipo twaweza pata tafsiri makini ya maana istahiliyo ya kundi hilo la matoleo. Kumbuka hili na kuwa makini tufikapo huko, sababu mgawanyiko wake ambao ndiyo malengo kwa kazi zake utakushangaza.

Liko jambo dogo kuhusu matoleo kwa aina zake zote, na malipo kwa aina zake zote; haya uhitaji uwepo wa Kuhani Mkuu Yeshua Kristo. Mpendwa tusingependa uwe mjinga kuhusu hili, kwamba Yeshua Kristo ni Kuhani Mkuu juu ya dhambi zako zote, makosa yako yote, na kushindwa kwako kote. Pia ni Kuhani Mkuu juu ya matoleo na malipo yako yote kwa YAHWEH. Ofisi hii ni tofauti kabisa na ile ya kuwa Adonai (Mkuu) juu ya umiliki wa ulimwengu, na vyote vilivyomo (LandLord).

Ni hapa ndipo sisi huona kwa kiasi mgawanyiko fulani; kwamba, ni Kuhani Mkuu kwa yale ya kiroho, na Adonai kwa yale yote ya kimwili, yaani Mfalme wa wafalme. Yeye ni Adonai kwa kila kilicho umbwa, na hivyo ni mmiliki wa wote na vyote vilivyo kuwepo, vilivyopo, na vijavyo. Yako matukio katika milele ambako Yeshua Kristo uhudumu hekaluni mwa YAHWEH na kwenye kiti cha enzi cha YAHWEH kama Kuhani Mkuu, na wakati mwingine kama Adonai wetu. Kama vile mchungaji alivyo tayari kutoa uhai wake kwa ajili ya kondoo zake (Yokhana 10:11-14), hivyo ndivyo yeye mmiliki alivyo fanya kwetu kama Adonai, pale alipo chukua nafasi ya kifo chetu juu yake.

Unakumbuka kuhani kuhusu saraati hatibu, bali hutizama dalili na kumtenga mhusika. Iliashiriwa hivi kwa sababu kazi ya utabibu iko kwa Adonai. Hivyo Yeshua ni Adonai juu ya laana zote, mbele yake zote hufyata mkia. Ni hivi kwa sababu laana ni ya adui, nayo huathiri ndugu zake hapa duniani. Katika sala zako inapendeza ukiwa makini, lakini hili lisikutatize sana, mwite upendavyo, naye atakamilisha hilo ulilo mwitia, sababu pamoja na uwepo wa ofisi hizi mbili tofauti, bado yeye ni huyo-huyo mmoja.

Hivyo basi, kwa jinsi hii matoleo yote hukabidhiwa kwa Kuhani Mkuu Yeshua Kristo. Hivi ndivyo tulivyo fanya awali pia kwa zaka. Ni Kuhani Mkuu katika uhudumu hekaluni mwa Mungu akimkabidhi hizo Baba katika kiti chake cha enzi. Hivyo sala na maombi yote ya Kanisa katika wingi wetu kama ilivyo kwa umoja wetu, husikika mbele za Baba Mungu kama sala na maombi ya Mwanaye mpendwa Yeshua Kristo. Ni kwa neema hii sisi na wewe tunayo hakika ya ukubalifu wake hata kabla hatuja-mwomba, sababu tunaijua nia yake kwetu (I Yokhana 5:14).

Tazama muumini, kama wewe bado mpaka sasa kufanya safari ya sirini, basi itakupasa kufanya matendo haya kiimani. Tunasema hivi sababu, shuruti toleo lako lifike mkononi mwa Kuhani Mkuu Yeshua aliye kaa leo mkono wa kulia wa Baba katika kiti cha enzi juu Mbinguni. Ni hapa ndipo uhitajika kufika mtu (kuhani wa kifalme), ambaye anayo mahusiano binafsi na Yeshua Kristo.

Yeshua Kristo bado anafanya hivi hata leo, kwani mmoja wetu ana wakfu[43] kwa upako[44] wa ngazi ya juu sana katika medani za kivita (hata sisi bado kuelewa maana yake kiutendaji inakuwaje leo, lakini pasipo shaka huyu ni moto wa kuotea mbali, pale wakati ulio pangwa atakapo funuliwa toka mafichoni kuingia kilingeni). Tunajua hili sababu kila wakati usomapo humu, na kuona satani amekunjwa mkono barabara akilalama hadi apige magoti chini ardhini, huyo ndiye, akiwa mafichoni leo. Hata sisi tunasubiri kwa hamu kuu kuiona siku yake katika Kristo Yeshua.

Pasipo utambuzi wa taratibu hizi, ndiyo kisa hata leo kati yetu wako wafanyayo haya yote kitoraha, na hivyo kutofikia kilele[45] cha matokeo yatarajiwayo. Tunasema hivi kwa sababu, kwao hili limekuwa tendo la kidini kwa desturi za kimapokezi toka wazazi wao. Mpendwa hili ni tendo la kimahusiano, tokea misingi yote ya mahusiano uliyo funzwa humu. Tazama asemacho kutambua kwa nini haufiki kwenye kilele cha mafanikio, hata wewe kuona wote wafunzao utajirisho matapeli wa kidini: -

Matityahu 7:15-16,18,20 ... *Lakini muwe waangalifu na manabii wa uongo, ambao huja kwenu katika mavazi ya kondoo, lakini ndani mwao ni mbwa mwitu wenye njaa kali. Nyie mtawajua wao kwa matunda yao. Je watu hukusanya zabibu toka miiba, au tini toka mibaruti? ... Mti mwema {mzuri} hauwezi zalisha tunda ovu {bovu}, wala mti mbaya ukazalisha tunda zuri. ... Hivyo basi kwa matunda yao nyie shuruti mtawajua wao. ...*

Hii ndiyo sababu sisi husema; acha Ruak HaKodeshi afanye uamuzi wapi ndipo udongo wenye rutuba kwa matoleo yako. Na kigezo tunacho kipigia kaulimbiu, ni udhihirisho wa zile karama 9 za Ruak HaKodeshi (I Wakorintho 12:3-11,28). Hizo shuruti zikufichulie mti mwema uko wapi, na hivyo kwao huo hakuna uharibifu wa matoleo yako, hata yasimfikie YAHWEH. Shuruti sasa uone vipi wale walio geuza uhudumu ajira, na siyo wakfu kwa upako wa Ruak HaKodeshi, taa zao zitakavyo zimika haraka.

Na hizi tulizo koleza wino kwazo ndizo karama tunazo zungumzia hapa kwa I Wakorintho 12:4-12 ... ... *Sasa ziko karama {vipaji, karisma} za aina tofauti, lakini [ni] Roho yule-yule. Na ziko aina tofauti za uhudumu, lakini [ni] Adonai yule-yule. Na ziko aina tofauti za kazi {utendaji}, lakini ni Mungu {YAHWEH} yule-yule azitendaye zote katika wote.*

Lakini udhihirisho wa Roho umepewa kwa kila mtu kutufaidisha sote {kila mmoja wetu}. Kwani kwa huyu kwa hakika hupewa na Roho ***neno la hekima****; kwa mwingine* ***neno la maarifa*** *{sayansi} kwa Roho yule-yule; Kwa mwingine* ***imani*** *kupitia Roho yule-yule; na kwa mwingine* ***karama*** *{kipaji, karisma}* ***ya uponyaji*** *kupitia Roho yule-yule; Kwa mwingine* ***utendaji hata***[46] ***wa miujiza*** *{maajabu}; kwa mwingine* ***hata kufanya unabii*** *{elezea yajayo, ongea ya kiungu, ongea* *ukiongozwa kiungu, tenda ya kinabii}; kwa mwingine* ***hata utambuzi wa roho****; kwa mwingine* ***hata aina za lugha*** *{ngeni}; na kwa mwingine* ***tafsiri ya lugha*** *{ngeni}:*

Bado haya yote hutenda Roho yule-yule mmoja, akimgaia kila mmoja kivyake {tofauti} kadri yeye alivyo nuia {kusudia, dhamiria}. Kwani kama vile mwili ulivyo mmoja, na unavyo viungo vingi, na viungo vyote vya mwili huo mmoja, vikiwa vingi, [bado] ni mwili mmoja: hivyo pia [ndivyo] Kristo {Mashiah}. ... [msisitizo katika karama ni wetu].

Hivi wewe bado mpaka sasa kugundua; jinsi usemavyo visinagogi uchwara, ndivyo wanavyo jaza waumini hadi ikosekane nafasi, na kwako watu wanahesabika? Hivi hauoni kwamba kidogo-kidogo nani afanyikaye uchwara, na nani rasmi? Yeshua Kristo kamwe hakuleta dini mpya Yisrael, bali mahusiano binafsi kati yako mpendwa na Mungu YAHWEH. Watu wanataka matokeo, na hayo yako katika mahusiano na Kristo Yeshua pekee.

Soma tena Matityahu 7:21-23 ... *Siyo kila mmoja asemaye kwangu, Adonai, Adonai, shuruti aingie katika ufalme wa Mbinguni; ila yule ambaye ana-itimilisha nia ya Baba yangu ambaye yuko Mbinguni. Wengi watasema kwangu katika siku hiyo, Adonai, Adonai, je hatuku-fanya unabii katika jina lako? Na katika jina lako tuli-watoa ibilisi? Na katika jina lako kufanya kazi nyingi za miujiza {maajabu}? Na ndipo Mimi nitakiri kwao, Mimi sijawahi kukujua wewe: ondokeni kwangu, nyie mtendao uvunjaji wa toraha*[47]. ...

Katika kanisa lizungumzalo Kiswahili leo, tokea makuzi yake ya kasi kuu, pia wame-jichokomeza humo mbwa mwitu wa aina nne: -

1. Watafuta ajira katika dini pasipo wito wala upako,
2. Desturi za kidini zitoazo ufanisi wa maandiko katika kutimiliza,
3. Matapeli wa kidini wenye lengo la kujifaidisha binafsi,
4. Na wafanya biashara wa kidini watakao sehemu ya mafanikio

yako, sababu maagano hutenda.

Inajulikana kati yetu tuzungumzao Kiswahili na kwa data zile ulizo pewa awali kuwa, ni mti wenye matunda mema ndiyo pekee upigwao mawe. Kama hivi ndivyo, sasa kwa nini basi Ruak HaKodeshi hawaumbui kwa kuzuia karama zake kutenda katika makusanyiko yao? Hawa ndiyo yale magugu, adui aliyo panda shambani mwa Adonai, hata ayavumilie mpaka mwisho wa nyakati kuyachoma moto (Matityahu 13:24-30).

Pia kwa andiko juu amethibitisha kauli yetu kwamba: nguvu, uwezo, na mamlaka viko katika jina lake, hata yeye awakane kutowajua ijapo kuwa wali-itenda kazi kwa jina lake. Katika hili ufalme wa Mbinguni hushambuliwa na nguvu zake kutumika katika wema pasipo ruhusa yake (Matityahu 11:12). Kweli wana wa watu katika vizazi hivi ni werevu kuliko malaika wa nuru kwalo hili (Luka 16:8).

Sisi tunafikiri Mbinguni huruhusu hili kwao hawa wasio stahili, kwa sababu wewe aliye kupa kipaji katika hayo, umejibwetesha na hautaki kujishughulisha katika yale aliyo kuumbia kutimiliza hapa duniani. Hivyo angalau hawa hudiriki kuita karama hizo juu ya walio wake masinagogini. Kwake hili ni bora kuliko kutokuwepo kabisa, sababu wewe umesimama uwigoni ukichungulia ndani. Mpendwa anzia hapo-hapo ulipo kutenda haya akufunzayo humu, ili uende wewe ukarekebishe hali hii.

Injili ya neema lazima ihubiriwe, na hivyo hao matapeli na wafanya biashara wa kidini ndiyo hudiriki kuja mbele kama kondoo wakati wao ni mbwa mwitu. Pamoja na agenda yao, lakini huwabidi kuvaa ngozi ya kondoo ambako ndiko uhubiri wa injili ya neema. Hili huruhusiwa sababu ya upendo wake Mungu kwako, kwa kuwa nyie kondoo zake hujikusanya kwao hao, na pale nyie mlipo, ndipo hapo naye alipo, basi zawadi na karama zake huziruhusu hapo, ili kuunufaisha mwili wake. Wewe sasa wajua matokeo yao hawa mbwa mwitu, kama ujuavyo azma ya magugu yale.

Sasa kwako magugu na mbwa mwitu, je haufikiri wakati wa kutubu kwako umefika, ili nawe ujiunge na watoto wake katika haki? Kwa yule atakaye sikia wito wangu huu, huyo kwa sababu yake kauli yangu hii; huyo sitakiondoa kinara[48] changu juu yake, bali atageuka[49], na sasa akitenda katika haki yangu. Na kwa toba lake lile, wewe utakuwa wangu, na mambo makuu kuliko hayo utatenda katika Kristo wangu. Amin

Tofauti na mada ya zaka iliyo tangulia, hii ya matoleo ya sadaka na kafara ni nyeti na pana sana. Hivyo ili kuua ndege wawili kwa jiwe hili moja, sisi tuta-itizama hii kihistoria kuona makuzi na mabadiliko yake maandikoni. Kwa kufanya hivi tuta-hakikisha usahihi wetu katika hili ni makini. Hivyo katika mtiririko huo, tutachungua pia aina zao, na utendaji wazo ulivyo kuwa. Madhara ya kufanya hivi kwa wale wapendao mipangilio ni kwamba, msingi wa matoleo ya aina nyingine yajayo mbele utafanyikia hapa, kwa sababu ya undugu wa kafara na sadaka.

Lengo la haya ni kufichua mguso wa toleo, uonyesho wa heshima, na uthamani wake hilo toleo. Hata adui hudai haya, kwani iko siku sisi tulisoma maandishi kwenye bodaboda (pikipiki ya biashara) yasemayo: 'mganga haagizi tembele[50]' kuashiri hata kile kitolewacho kwa makuhani wa satani hugeza haya.

Kwisha kusema haya yote ya utangulizi, hizi ndizo sehemu tatu (3) za mafundisho ya Sadaka: -

1. Matoleo ya Kafara Kipindi cha Awali (Adam – Mosheh).
2. Matoleo ya Kafara Kipindi cha Toraha (Mosheh – Yeshua).
3. Matoleo ya Sadaka Kipindi cha Agano Jipya (Mwanakondoo - Simba wa Yehudah).

Matoleo ya Kafara Kipindi cha Awali (Adam – Mosheh):

NI FIKRA ZETU KWAMBA, kile alichotoa Kayin mtoto wa Adam (Mwanzo 4:3) kwa mlinganisho na kile alichotoa mdogo wake Hebel (Mwanzo 4:4), kuwa ni malipo ya uzao wa kwanza (firstling). Baba yao Adam alitakiwa kujizuia kutokula tunda la mti mmoja tu, ili kwao huo ndiyo yawe matoleo yake yote. Alishindwa kutii amri hii, na hivyo kwa uasi wake, dhambi iliingia ulimwenguni. Hivyo ni kwa kutotii toleo wote tulianguka. Na kwa wivu wa malipo ya uzao wa kwanza, kifo cha kwanza cha mtu (Hebel) kilitokea.

Yote haya makuu mawili uasini yanafanyika kuzungukia matoleo, ambalo ni tendo la ibada kamilifu ya kumwabudu Mungu YAHWEH. Matoleo huifichua dhamira ya ndani mwako, katika uhalisia wa tendo hilo duniani. Ni hiki ndicho adui yako ibilisi lucifer alikuwa aki-kipigania, na kuzuia kutendeka. Katika Mwanzo 4:6 tunaona kwisha tu kutoa, walijua hapo-hapo ipi imekubaliwa na ipi lah. Katika matoleo yao haya ya kwanza kurekodiwa maandikoni (endaikawa ni ya kwanza mbele za Mungu pia), ni toleo la uzao wa kwanza wa kondoo wa zizi la Hebel unao kubaliwa kuwa stahilifu, na makusanyo holela ya Kayin pasipo umakini yanakataliwa. Hivyo suala siyo toleo, bali dhamira yako yashuhudia nini hicho ni kwa YHWH.

Kwetu sisi ukubalifu siyo kwa sababu kondoo ndiye tolea sahihi kwa kafara zama hizo, au sababu huchomwa moto na moshi wake kuinuka juu kwenye mbingu hadi kufikia pua za Mungu. Mungu ni Roho, na sababu ya kuchoma kafara kimsingi siyo harufi, bali uteketezi toka kwako, ili usiwe nacho na hivyo toleo kweli liwe limefanyika, ijapo kuwa hakuna kilicho kwenda Mbinguni kimwili[51].

Hiki ndicho kina-tusumbua humu, kuwa wapi ukisha fanya toleo kwa imani, ulipeleke hilo halisia lilo bado mkononi mwako. Tunajua siyo hivi, sababu toraha ilibeba mengi ya kale na mojawapo ni hiki tusomacho kwa Walawi 2:12 ... *Na kwa korban {toleo la kuletwa karibu} ya matunda ya kwanza, nyie shuruti myalete karibu {kutoa} kwa*

YAHWEH: lakini shuruti yasichomwe madhabahuni kwa ajili ya harufu nzuri ya kuvutia. ...

Sasa ni bayana kuwa, kukataliwa kwa Kayin siyo kwa sababu haupo moshi, kwani hivyo ndivyo istahilivyo. Au unafikiri alichoma? Sisi tunaona kutokubaliwa ni kwa ukiukaji wa ile kanuni ya ukitoacho lazima kiwe bora (pasipo kasoro), kinacho kugusa, kionyeshacho heshima yako kwake, na kwamba dhamira yako kwake shuruti iwe safi katika shukrani na kusifu. Toleo la malalamishi ya ndani siyo toleo. Je ni hali hii ya moyo wake iliyo pelekea kukataliwa, sababu aliulizwa mbona hana raha (hasira), na uso umemshuka.

Kwa kuto-kubaliwa kwake, na yeye kuchagua kuwa hivi, ndipo Elohim wake alimwambia ... *Kama wewe wafanya vema, je hauta-kubaliwa wewe? Na kama wewe hau-tafanya vema, dhambi amejilaza mlangoni. Na wewe ndiyo tamanio lake, na wewe shuruti uitawale hiyo. ...* [Mwanzo 4:7].

Kuchukizwa na Mungu ni kutoka nje ya upendo kwake, na huku ndiko kutomchagua yeye, ambako ndiko kumchagua adui ibilisi (by default). Kwa uasi Adam tayari alisha fungua mlango wa dhambi duniani, hata Kayin hapa aambiwe: ana tamaniwa na satani, na kwamba ni vema amshinde adui huyo. Ona jukumu liko kwa mtu, na siyo kulaumiwa satani na YHWH. Njia ya kumshinda adui shetani ni kwa kurudisha pendo lake kwa Elohim akitubu, yaani kujikabidhisha, na ndipo sasa ampinge (akimkemea) adui yake.

Kwa ajili ya umuhimu wake hili maishani mwako; acha tukuonyeshe wapi hitimisho letu hilo litokapo maandikoni: ... *Hivyo basi wewe jikabidhi mwenyewe kwa Mungu {YAHWEH}. Mpinge {simama dhidi yake} ibilisi {satani, mshtaki wa uongo}, na yeye atakimbia toka kwako. ...* [Yahkob 4:7]. Hiki ndicho YHWH alichotaka Kayin kutenda.

Toka hawa watangulizi wetu wa awali, kukawa kimya jinsi wafanyavyo matoleo na kafara zao mpaka kafara ya Noakh na wanawe kwisha gharika: Mwanzo 8:20 ... *Na Noakh alijenga madhabahu kwa*

YAHWEH; na alichukua toka kila mnyama msafi[52]*, na toka kila ndege msafi, na kufanya kafara*[53] *ya* ***olah*** *juu ya madhabahu. ...*

Hiki alichotoa Noakh kilitambulika Kiebrania kama toleo la kafara ya 'olah' ambayo ni ya kuteketezwa kwa moto juu ya madhabahu. Hivyo ni moshi pekee upandao juu kama harufu nzuri ya kuvutia kwenye pua (nostrils) za Elohim. Kwa kuwa YAHWEH hakuwepo duniani alikowapa wana wa watu bali Mbinguni, hivyo uteketezi wa namna hii ulichukuliwa kumfikia, na biblia yashuhudia fikra hii ya kale bayana.

Inakubalika kwamba, ni kafara hii iliyo fanyika kwa mji wote wa uasi wa Yeriko kuchomwa moto pale walipo ingia nchi ya ahadi, kama ishara ya shukrani na heshima kuu kwa YAHWEH. Ni katika uelewa huu hakuna kibakizwacho; aidha mtu, mwanamke, mtoto, mifugo, wanyama, wadudu, mazao, mali, nguo na vyote vya thamani, kwani kufanya hivyo itakuwa sawa na kutia waa katika ukamilifu wa kafara hiyo ya toleo la kwanza.

Pale Noakh na wanawe walipo maliza kafara hii ya olah (kuinuka, kupanda juu) iliyo kuwa tendo la kwanza walipo fika tena nchi kavu, ndipo zawadi ya baraka ya ahadi kwa agano la ishara ya upinde wa mvua ilitolewa kwa wenye miili kwamba; kwa maji hata-iteketeza tena Dunia.

Tuzitizame tena hizi sadaka na kafara za awali kupitia macho ya mahusiano: sadaka ya Adam kwa fikra zetu ilikuwa ya kukabidhi mkono kwa mkono, je ya Hebel ilichomwa au walipeleka malango ya Eyden? Kama ya Kayin haikuchomwa, je alikusudia kumkabidhi, na alipo fanya hivyo mlangoni Eyden ilikataliwa? Je ni kwa jinsi hii ya Hebel ilipokelewa mkono kwa mkono? Hii ya Noakh ilichomwa, kama ile ya Abraham ya mwanaye Yitzhakh ilivyo kusudiwa kuchomwa (Mwanzo 22:2).

Kutoka Abraham, na kupitia Yitzhakh, kisha Yahkob, mpaka Mosheh kule Misri, tunaona matoleo ya sadaka na kafara yakiongezeka, na kwa kila aina na namna. Kafara ya yule mwanakondoo wa pesaka (passover) ilikuwa ni kwenye damu tu, kwani nyama yake walipewa kuila, na mifupa yake na vyote wasivyo kula kuchomwa moto hadi kuteketea (kuwa majivu).

Matoleo ya Kafara Kipindi cha Toraha (Mosheh – Yeshua):

ZIKO AINA NYINGI ZA matoleo ndani ya agano la awali hata kustahili sura yake nzima. Hatutafanya hivyo, ijapo kuwa ina-tutamanisha sana kwa jinsi ya utu kwenda huko. Yeshua ameshatimiliza hiyo kazi, hivyo sisi tupite juu tu, na itatosha.

Tafsiri ya neno sadaka (alms) katika agano jipya siyo lazima liwe neno kafara (offering) litumikalo katika agano la awali. Tafsiri yetu ya agano la awali kwa Kiswahili ingekuwa vema kutaja kafara hizi kwa majina yao yalivyo na kufafanua, ili kuondoa kuchanganyikiwa kuliko sasa kanisani. Ni lengo letu kwa mapenzi ya YAHWEH kufanya hivyo katika Biblia Fasaha.

Kila toleo aidha ni kafara au sadaka katika zama hizi, ilikuwa na jina lililo elezea lengo la toleo hilo. Lengo hilo la toleo mara nyingi ni aina ya baraka ambayo kwayo mtu hupokea. Kila ombi aidha kwa sala au toleo, hujibiwa kwa baraka. Tunasema hivi kwa sababu; ni baraka pekee iwezayo kutenda toka uhitaji wako wa aina yeyote unaotaka utoke kwa Mungu juu Mbinguni kuja duniani. Ni kwa jinsi hii kama tulivyo taja awali; baraka ndiyo fedha (currency) ya kiroho.

Hivyo majina na aina za matoleo katika kipindi hiki yaka-halalishwa kuwa mengi sana. Katika juhudi za dhati, tuta-kushirikisha hapa zile 15 kuu tu. Na kama tulivyo dokeza awali, matamanio yetu ni kuisasambua hapa kila aina, huku tuki-ihusanisha na ahadi maalumu ya baraka kwayo, lakini hilo siyo leo, na labda siyo hapa, au humu: -

Na	JINA LA KAFARA KIEBRANIA	MAANDIKO	SABABU YA KAFARA/ BARAKA
1	**Minka**	Mwanzo 4:3, Kutoka 29:41, I Shem 2:29, I Kronikozi 16:29	Mchango, ushuru, zawadi, sadaka ya chakula, kafara. Kafara ya jioni
2	**Olah**	Mwanzo 8:20	Kafara ya kuteketezwa, moshi kwenda juu
3	**Nesek**	Mwanzo 35:14	Toleo la maji, funiko,
4	**Shelem**	Kutoka 20:24	Toleo la amani (kwa hiari), kafara ya shukrani.
5	**Teruma**	Kutoka 25:2, 29:27, 30:13-14, Torati 12:11	Toleo la zawadi hususani kama kafara au ushuru, zawadi, iliyo inuliwa toka zichomwazo kwa ajili ya makuhani.
6	**Hataa**	Kutoka 29:14,36	Kafara ya dhambi, usafisho, toba
7	**Ishsheh**	Kutoka 29:18	Kafara itolewayo kwa moto, ya kuteketeza
8	**Tenupa**	Kutoka 29:24	Toleo la kupungwa, kutikiswa, kupepea
9	**Korbani**	Walawi 1:10,14	Toleo la isogezwayo madhabahuni, zawadi ya kafara, sadaka
10	**Zebakh**	Hesabu 15:3	Toleo la kafara, kuchinjwa, nyama ya mnyama
11	**Nedaba**	Hesabu 15:3, 29:39	Toleo la hiari, ujisikiapo, zawadi kuu
12	**Kawrab**	Hesabu 15:13	Toleo la isogezwayo madhabahuni, iletwayo karibu, iunganishayo, kuwa karibu, kuzalisha, kufanya tayari
13	**Asham**	I Shemuel 6:17	Kafara ya uvunjaji wa sheria, hatia, kosa, sadaka ya dhambi,
14	**Pesaka**	II Kronikozi 35:8	Kafara /Toleo la Pesaka, kuvukwa (passover)
15	**Toda**	II Kronikozi 29:31	Toleo la kushukuru, mkono wa shukrani, kwaya ya waabudio, kukiri, kafara ya sifa, asante

SASA TAZAMA MFANO WA jinsi uelewa ufungukapo, na utofauti kuonekana kama tutafsiri hizi kafara na sadaka kwa majina yake binafsi: Zaburi 40:6 ... *Zebakh na minka wewe hauku-pendezwa nazo; olah na hataa wewe hukuzihitaji: {badala yake} wewe uliyafungua masikio yangu.* ... Sasa chukua tafsiri ya biblia zako na lisome andiko hili. Mfano ni tafsiri ya Maandiko Matakatifu, iliyo pigwa chapa na Bible Society, 1994: ... *Dhabihu na matoleo hukupendezwa nazo, masikio yangu umeyazibua, Kafara na sadaka za dhambi hukuzitaka.* ... Kamusi ya Kiswahili Sanifu ya TUKI yatafsiri maneno haya hivi:

1. Dhabihu (zebakh) ni kitu kilicho tolewa sadaka au mnyama aliye chinjwa kwa ajili ya sadaka, mizimu au tambiko, mahali pa kuchinjia wanyama[54].
2. (Ma)toleo (minka) ni kitu kinacho tolewa.
3. Kafara (olah) ni kitu chechote kinacho tolewa kuwa ni sadaka kwa Mwenyezi Mungu au kwa mizimu ili kuepuka balaa,

madhara na maafa, tambiko, dhabihu.

4. Sadaka (hataa) ni kitu au fedha ambazo hutolewa na mtu kuwapa wanao stahili kwa ajili ya kupata thawabu kwa mwenyezi Mungu, tambiko, kafara, mviko, mviga.

Lengo letu siyo kukashifu watangulizi wetu hata kidogo, bali kuonyesha juhudi zao za dhati zilivyo kuwa katika uaminiifu wao kwamba, Kiswahili kina-jitosheleza. Tunafikiri matumizi ya maneno asili yatofautisha vema hata kuita udadisi kwa kila asomaye (soma tena tafsiri fupi juu). Pia matamshi yetu na yao yafanana. Wakati umeshafika sasa kukiruka hiki kiunzi kwa kurudisha kila jina katika utamshi wake wa awali. Katika sayansi Kiswahili hukopesha maneno pasipo fikra ya pili, hivyo wakati umefika sasa katika elimu ya Mungu nasi hatusiti.

Kwa uchunguzi huo wa kamusi tu, na acha matumizi yetu ya maneno hayo katika sala na nyimbo; tume-thibitisha kila kitu ni kila kitu. Sasa ukichungua tuimbayo na kusali kwa matumizi ya haya, ni kama vile tuna-ongea Kichina; chakula ni mchuzi, na mchuzi ndiyo mboga, na mboga ndiyo kitoweo, na kitowea kiko ndani ya mchuzi ulio mboga lakini tofauti na chakula.

Ziko fikra kwamba, Yisrael hawakuwa na sala bali kafara pekee. Hili siyo kweli, katika agano yako matamshi kwa kila tendo. Unakumbuka suala la kuizunguka kafara huku ukitamka maneno ya kiagano? Je hayo siyo sala leo? Kumbuka tafsiri ya sala sahihi iletayo majibu humu; shuruti iwe ile ambayo hufanya nukuu ya ahadi, na kisha kutaja pasipo kuzunguka ombi lako, na kumwelekezea Baba katika jina la Kristo Yeshua. Nini tofauti ya hili na lile walilo kuwa wakifanya makuhani madhabahuni, au aletaye mnyama, juu ya kichwa cha mnyama huyo?

Kama kwa sala leo unavyo omba baraka, hata Yisrael kale katika kafara hizi wali-hesabiwa baraka, kila wanapotii mishpati zake na kuzitenda. Kwa kufanya hivi hubaki katika baraka ya ardhi yao, katika baraka ya mvua zijazo kwa wakati wake, na katika baraka zote zile ulizo onyeshwa kuwepo katika toraha. Baraka zile zilikuwa kwa ajili ya yule atimizaye hayo 15 na mengi mengineyo.

Hata leo kwa wale ambao ni rafiki wa Myisrael muadilifu (orthodox), na huyo akaja sinagogini [kama utamwahidi kusoma YHWH kuwa ni Hashem (Jina) siku hiyo] kwenu mnao ongea Kiswahili, kisha jaribu baada ya sadaka ya kawaida, sadaka ya komunio/ushirika, sadaka ya ubatizo, sadaka ya jengo, na sadaka ya shukrani, kulalamika eti sadaka ziko nyingi sana.

Atakuona kama unatania, umeiona hiyo orodha juu, tulisema siyo yote, sababu hata zaka na tunda la kwanza hazipo hapo. Mfano; kwa kila sadaka ya dhambi, hutanguliwa na nyingine kama ya amani, na zingine ambazo hapa sipo kwake kuzijadili, kwa katazo lile la awali. Ziko kafara za kitaifa, au kutakasa tabanako, na nyingi nyinginezo.

Kufaidi na kutambua hili ni kuwa na tafsiri ambazo zitarejesha majina halisi, ili wewe mpendwa ujiulize: 'na hii nayo ni ipi' pale ukisha ondokana na mkanganyiko huu wa leo wa mchuzi, mboga na kitoweo kuwa siyo chakula (kicheko).

Ni katika hizi Yisrael alijua kwa vitendo tofauti ya baraka na laana. Ukiwa ndani ya kambi kiko kibali cha kufanya haya, na nje ya kambi hakipo, kwani utengo wenu ni kuifungia laana nje ya watakatifu wake. Hivi katika zama hizi yuko athubutiye kwenda mbele yao na kuwambia tufanye nadhiri ya ufukara (iliyo sehemu ya laana)? Ungeitwa nabii wa uongo, na kupigwa mawe hadi kufa. Hawa ni wa kivuli, ili kwao wewe mpendwa uone na kutambua misingi yote imani yako isimamapo kwa mwendelezo wa maagano. Na kupotea kwetu huku kote, ni kwa sababu tuliwafungia wao nje ya kile kilicho milki yao – Kanisa la Yeshua Mashiah wa Yisrael.

Tazama, lengo la utii wao kwa agano ni ili waweze ifikia ahadi ya baraka ifungushwayo na toleo hilo: Torati 8:18 ... *Lakini wewe shuruti mkumbuke YAHWEH Mungu wako: kwani [ni] yeye ambaye amekupa wewe nguvu za kupata mali, ili yeye aweze lisimamisha agano lake alilo-apa kwa baba zenu, kama [ilivyo] siku hii ya leo. ...*

Maandiko hutufunza kwamba, kila mali, afya, ushindi, mafanikio, fedha, na utajirisho wa aina zote arundikazo asiye haki, hurundika kwa ajili yako (Zaburi 39:6, Zekaryah 14:14, na Matityahu 11:12). Utajiri huu utahamishiwa kwako kwa kadri ya uadilifu wako ulivyo kwa mlinganisho na asemayo kwa Mithali 11:31, II Wathesalonike 1:6, na Waebrania 11:26. Wakati umefika sasa kwa wewe kanisa uzungumzaye Kiswahili, kuchukua kwa kurudisha kile kilicho kuwa chako.

Kumbuka baraka zote ni zako, na katika utii wa matoleo yako kwake, umkumbushe kwamba, wakati wa uhamisho toka malimbukizo ya wasio haki umefika. Wakati wa malipo (recompense) pamoja na riba (interest) mara 4 (400%) kwa uzuio wa baraka alio fanya adui pia umefika (Kutoka 22:1, II Shemuel 12:6, Luka 19:8). Simama kidete katika imani akuone, na mjulishe sasa uko tayari, kwani usingizi umekoma, na macho yako yamefunguka kwa kuiona nuru yake. Amin!

"Nimemwinua miguu juu kichwa chini adui yako, na nina-mtikisa kama upepo wa msimu uletavyo meli za kale kwenu. Kila nimkung'utapo vya-dondoka vile alivyo kuibia. Tayarisha mikono yako, safisha chumba chako cha hazina, na fanya wazi kwani naleta mara 7[55] zaidi ya vile alivyo-iba. Tenda yaliyo yangu kama wana wangu wakufunzavyo hapa, na tazama kama sitafungua milango ya mafanikio kila upitapo. Tazama nageuza jani kuwa noti, jiwe la goli la kuchezea watoto naligeuza dhahabu, na kamba ya kuchezea 'makida' nitageuza mnyororo wa kumfungia adui yako."

Tunasoma hivi kwa Mithali 13:22 na Mhubiri 2:26 ... *[Mtu] mwema huacha urithi kwa watoto wa watoto wake: lakini mali za mdhambi huzirundika kuzihodhi {huku akiwa kazifunika mafichoni} kwa ajili ya mwenye haki. ... Kwani {YAHWEH} humpa mtu ambaye ni mwema machoni pake hekima, na maarifa, na furaha: lakini kwa mdhambi yeye humpa ajira {afanye kazi ya}, kukusanya na kurundika pamoja, ili yeye aweze mpa mwema mbele za Elohim. Hili pia ni utupu {bure} na kujilisha upepo. ...*

Utii katika matoleo haya hufungua baraka hizi kwako mpendwa, na hili ni kwa ahadi zake yeye mwenyewe leo hii kwako. Mpendwa una-mwabudu Mungu aliye hai, anaye zungumza, na anayetenda kama asemavyo, na neno lake halitarudi bure. Mpaka lini mpendwa utaendelea kufanya mambo pasipo utii na nusu nusu? Je wakati haujafika sasa wa maandiko ya biblia kuwa kweli hata juu ya maisha yako? Mpaka lini utaendelea kutenda kwa desturi na kwenda sinagogini kama mila pasipo matokeo?

Tazama mpendwa, Mungu hakuanzisha huu mfumo sababu anahitaji chechote toka kwako, la hasha! Aliwaagiza Yisrael kama akuagizavyo wewe leo, sababu nyie ndiyo mwahitaji kila kitu kutoka kwake. Yisrael haku-chaguliwa sababu yeye ni mtaua, au sababu wao ni wengi, au kwa sababu ng'ombe wao ni wa nono, lah hasha! Kwani hata ng'ombe wa Bashani waliwazidi wao kwa unono. Wala hakuna utoacho duniani kilicho chako hata akihitaji, kwani vyote ni vyake, hata wewe ni wake. Mfumo wote huu ni kwa ajili yako mpendwa. Uchaguzi wa Yisrael kama wako mpendwa ni kwa sababu ya pendo lake kwako na familia yako.

Matoleo ya Sadaka Kipindi cha Agano Jipya (Mwanakondoo – Simba wa Yehudah)

SASA SOTE TWAJUA KWA nini ilibidi matoleo ya sadaka yabadilike. Kubadilika huku hakuonyeshi kushindwa kwa lile la awali, bali ukomo wa ukivuli wake, kwani ile ya kweli imesha timilishwa. Katika agano jipya la mwisho Adonai Yeshua Kristo anafanyika sadaka kamilifu ya kafara zote za toraha, kwa nyakati zote, na kwa vizazi vyote. Amin!

Ufasaha na uzito wa maneno haya ni kwa Waebrania 10:7-10 ... *Ndipo Mimi nilisema, Tazama, Mimi nimekuja {tokea mwishoni mwa kijiti ambacho huzungushwa kitabu cha skroo iliyo andikwa kunihusu Mimi} kuitenda nia yako, Oh Mungu {Zaburi 40:6-8}. Juu pale yeye alipo sema, Thysia[56] {zebah} na prosphora[57] {minka} na holokautoma[58] {olah} na hamartia[59] {hataa} yeye hakuzitaka, wala haku-furahishwa [nazo]; ambazo hutolewa kwa Toraha; Ndipo yeye alisema, Tazama, Mimi nimekuja kuitenda nia yako, Oh Mungu. Yeye aliondoa la kwanza, ili aweze simika la pili. Kwa nia yake kwalo hilo sisi hutakaswa kupitia prosphora {kafara ya jioni} moja ya mwili wa Yeshua Kristo mara moja [kwa nyakati zote]. ...*

Hapa tunaona ubadilisho wa utii wa mitzvah za toraha katika utoaji wa kafara za aina zote. Utaratibu huu wa awali katika kuonyesha upendo ulio utii wa maelekezo yake kama kigezo cha baraka au laana, ndiyo ubadilishwao. Na hicho kipya kijacho, ndiyo kinaitwa hapa agano jipya. Hivyo basi, misingi ya uachiaji wa baraka katika zama hizi, wategemea utii wako katika vipengele hivi 4 vikuu vya injili yake Adonai Yeshua Kristo kama ifuatavyo: -

1. Ufalme wa Mungu umekujia hadi hapa usomapo ili uupokee,
2. Tubu na kuziacha dhambi,
3. Batizwa kwa maji, na kwa moto wa Ruak HaKodeshi,
4. Ufiko wa ahadi ya Abraham kuwabariki mataifa (Mwanzo 18:18, 22:18, 26:4, Zaburi 72:17, Yirmeyah 4:2) imewadia (Wagalatia 3:8) katika utii wa amri mpya ya upendo (Yokhana 13:34, II Yokhana 1:5).

Sasa basi, ni katika utii wa amri hii moja na ya pekee ya upendo kama ile moja ya zama za Adam, ndiyo baraka zote zile za agano jipya (kwa ufupisho wake tuli-orodhesha hapa 70), leo zimefanyika milki yako. Hivyo kwa jinsi ya matoleo mapya kama utakavyo ona hivi punde tu, hizi zote zinafanyika zako milele.

Tazama, kwa kuwa dhambi iliangia kwa mmoja (Adam wa kwanza) na wote kufa, sasa inakuwa sahihi kwa msingi huo huo kwamba, ukombozi nao uingie kwa mmoja (Adam wa Mwisho), na wote watakao amini katika yeye, wapokee maisha ya milele. Imani katika yeye ni ukubalifu wa injili kwamba, kazi yote ya ukombozi aliyo tumiwa na Baba duniani, aliitenda hadi kuikamilisha. Hivyo kwa yeye asiye dhambi kuchukua mahali petu, sisi tulio kuwa na dhambi huweza kufanyika wenye haki watakatifu wana wa Mungu kama yeye alivyo. Hii ndiyo habari njema!

Mabadilisho haya yote kwa huruma ya Mungu, ndiyo maandiko huyaita neema. Hivyo sisi kuita imani yako kwayo neema ya Kristo, sababu ndiyo ukamilifu wa hayo yote tuliyotoka kuelezea mara. Kwa imani juu ya neema ya Kristo, wewe hujikuta mahusianoni na mkamilifu kwa vigezo vyote vya agano jipya. Ni tokea hali hii, wewe uhesabiwa mtii, sababu umeamini utendaji wake, na hilo huku-halalisha kwa neema kupokea baraka unazo hitaji.

Maandishi ya agano jipya yaliandikwa katika zama za ushawishi wa ustaarabu wa Kigiriki duniani (Hellenistic). Hivyo lugha hiyo, ilibeba dhana za Kiebrania kwa kadri waandishi walivyo fanya uchaguzi wa maneno yake. Lugha ya Kigiriki (Kiyunani) ilikuwa inabeba falsafa na utamaduni wa jamii yake, wakati ile ya Kiebrania pamoja na hayo, hubeba dhana za kinabii na toraha kwa kadri ya mapokezi yao toka kwa Mungu YAHWEH. Utajiri wa lugha ya Kiebrania ilibidi kubananishwa dhana zake, na nadharia zake ndani ya fasaha ya ustaarabu wa Kigiriki.

Katika Agano Jipya ni kitabu cha Waebrania pekee ambacho wako wafikiriao mwandishi wake ni Apolo kwa sababu ya lugha yake iliyo bobea ndani ya ustaarabu wa Kigiriki, lakini bado kikibeba dhana za maandiko kwa umakini. Apolo ni Myehudah wa Alexandria ya Misri ya kale ambako chuo mashuhuri kili-kuwepo. Naye huyu kama Paulos alivyo bobea katika tamaduni zote mbili, ni wasomi makini na wanajua utofauti wa desturi hizi mbili sawia. Inakubalika wote walikuwa na nakala ya biblia iliyo tafsiriwa ya kwanza na wazee 70 wa Kiyisrael hata biblia hiyo kuitwa Septugint[60].

Ni kwa sababu hii biblia hutaja Wagiriki kama Mataifa, sababu himaya yao ndiyo iliyo tawala sehemu yote ya Dunia iliyo staarabika (civilized world), yaani ijulikanayo zaidi. Hivyo ni wazee wasomi wa lugha zote mbili walio tafsiri biblia kwa mara ya kwanza kuwa katika lugha ya Mataifa. Hapa ndipo ushindilifu wa awali wa fikra, dhana, nadharia, na kweli ulipo tokea.

Dhana ya upendo katika Waebrania sivyo ilivyo kwa Wagiriki, na maskini zaidi katika lugha ya Kiingereza, na maskini kupindukia katika Kiswahili. Sisi hatuna utofautisho wa upendo wa mzazi, au kaka, au dada, au ndugu, au jirani, na upendo wa mpenzi, mke au mume, kwa utofautisho na upendo kwa Mungu. Sisi ni neno upendo tu kila mahali lakini wao ni kwa majina tofauti. Ni kwa sababu hiyo tafsiri mpya vema ikachukua majina hayo sababu kwetu yanatamkika vizuri sana (na nafasi ya kutafsiri tofauti zake tunayo). Kwa jinsi hii utajiri wa elimu ya Mungu utanufaisha makuzi ya lugha ya Kiswahili katika maeneo lukuki.

Ni fikra zetu wakati agano la kale takribani lote liliandikwa Kiebrania, ukitoa maeneo machache Daniel aliyo tumia Kiarmaiki, lakini jipya liliandikwa katika aidha Kiarmaiki na kutafsiriwa hapo hapo katika lugha ya Kigiriki, au kwa Kigiriki moja kwa moja. Nakala za kale zaidi tuzionazo leo, ziko katika lugha ya Kigiriki pekee.

Uandishi wa mtume Paulos tofauti na mitume walio andika injili, tunaona matumizi ya tafsiri ya kwanza, na ujuzi wa lugha ya wakati wake kila mahali. Iko tofauti ya ujuzi wa uelewa wa lugha kati ya aandikavyo Yokhana uzeeni kwa mlinganisho na mitume walicho andika kwa injili. Tunazungumzia ujuzi wa lugha kwa wingi na utofautisho wa matumizi ya maneno (vocabulary).

Ni katika utambuzi wa haya yote kuhusiana na lugha, kitabu chako hiki mpendwa kiko katika lugha yetu hii pendevu ya Kiswahili. Umefika sasa wakati nasi kuchukua uelewa wetu, na ujuzi kwa utajiri wa tamaduni zetu na lugha, kutafsiri maandiko na mafundisho yake katika uhai mpya kwa kizazi kipya. Ni jukumu la kila kizazi kufanya hivi kwa ajili ya walio wake.

Umahiri na ubora wa tafsiri mpya (kama King James ibadilikavyo) siyo kwa sababu uelewa wa maandiko umekuwa zaidi, bali utajiri wa lugha kwa mavumbuzi ya jamii (utamaduni), na sayansi, na nadharia mpya, hupelekea urahisi wa kutafsiri unao eleweka zaidi. Mfano ni miaka 10 iliyo pita mtu anaye twanga shayiri au ngano kupata unga kwa jiwe ungeweza tafsiri msagaji, lakini siyo leo tena, leo utamwita mtwangaji, au mkoboaji na mengi mengine.

Katika bahari hii ya lugha matoleo (offerings) ya agano jipya hutafsiriwa toka lugha tuliyo yapokelea ya Kigiriki. Na toka hiyo tuta-taja aina nane (8) tu za matoleo kwa ajili ya uelewa wako. Hivyo tuyavinjari kwa minajili ya kuona upendo wetu tuta-utimiza vipi kupitia misingi hii mipya, (tunafikiri siyo mipya), sababu agano jipya ni mwendelezo wa lile la awali, kwa jamii ileile, na kwa sababu ileile kuhusiana na baraka katika kundi hili tujifunzalo hapa: -

Na	JINA LA TOLEO KIGIRIKI	MAANDIKO	SABABU YA SADAKA/ BARAKA
1	**Eleemosini (alms)**	Matityahu 6:1, Luka 11:41, Matendo 24:17, 3:2	Sadaka ya huruma (itolewapo kwa maskini), fadhili, matendo ya fadhila.
2	**Prosphora (offering)**	Matendo 24:17, 21:26, Luka 23:36, Warumi 15:16, Waefeso 5:2, Waebrania 10:5,8,10,14,18	Matoleo ya zawadi (pasipo damu), itolewayo kwa kukabidhi, sadaka (ikabidhiwayo juu).
3	**Didomi (give)**	Matityahu 19:21, Luka 19:8, Yokhana 12:5, Yahkob 1:17	Sadaka ya kutoa (kumpa), saidia, hudumia, toleo.
4	**Doron (gift)**	Luka 21:4, Matityahu 5:23, 8:4, 23:18, Warumi 5:17, Waefeso 2:8, 3:7, 4:7	Sadaka ya zawadi, sadaka (kujitoa mhanga), toleo
5	**Thysia (sacrifice)**	Waefeso 5:2, Waebrania 10:5,8,11	Sadaka ya kafara.
6	**Holokautoma (burnt offering)**	Waebrania 10:6,8	Toleo la kuchomwa kwa moto (lote linateketea).
7	**Dorema (valued gift)**	Warumi 5:16, Yahkob 1:17	Sadaka ya zawadi ya thamani kuu.
8	**Charisma (free gift)**	Warumi 5:16, 6:23, I Wakorintho 7:7, II Wakorintho 1:11, I Timotheo 4:14, II Timotheo 1:6	Sadaka ya Mungu kwa mtu, kukomboa, kuokoa, kutoa bure, zawadi ya bure, karama.

SASA SOMA PAMOJA NASI kwa mfano halisia toka Matityahu 6:1-4 ... *Nyie kuweni wa-angalifu {na makini} kwamba hamtoi eleemosini {sadaka[61]} zenu mbele za watu, kuonekana nao: ama sivyo nyie hampati thawabu {zawadi za utii} za Baba yenu ambaye yuko Mbinguni. Hivyo basi pale wewe utoapo eleemosini, usipige tarumbeta mbele yako, kama vile wanafiki wafanyavyo ndani ya masinagogi {jengo la eklesia/ kanisa/ kusanyiko} na katika mitaa, ili wao waweze pokea utukufu wa watu. Amini Mimi ninalo kwambia, Wao wame-shapokea thawabu zao.*

Lakini pale wewe utoapo eleemosini, usiruhusu mkono wako wa kushoto kujua nini mkono wako wa kulia ufanyacho: Ili eleemosini yako iweze kuwa sirini: na Baba yako ambaye huona sirini mwenyewe ata-kuzawadia {ata-kurudishia} wewe hadharani. ...

Kwako mpendwa uliye meneja au mkurugenzi katika kampuni, shuruti umeona jinsi matoleo ya leo ya huruma yatolewayo kwa sehemu dhaifu katika jamii toka makampuni kupitia sera za wajibu wa kijamii wa makampuni (corporate social responsibility – CSR) hayo usimamavyo kinyume kabisa na dhana nzima ya usiri katika 'eleemosini.' Hii ndiyo sadaka ya huruma itolewayo kwa sehemu fukara ya jamii kama fadhila ili kuwasaidia kujikimu kimaisha. Kama hili hawawezi, basi bora waiite misaada hiyo matangazo ya kijamii (marketing social resposnsibility – MSR).

Agano jipya lajishughulisha sana na dhana kwamba, kila muumini anayo hazina Mbinguni (deposit chambers/ account) ambayo hujazwa kwa aidha sala au matoleo haya ya aina hizi nne (4). Pia hutufunza kuwa, hesabu za upelekacho kwenda Mbinguni siyo kwa kujumlisha kama 10 + 10 = 20, bali ni kwa kuzidishwa ambako ni 10 X 10 = 100. Na ushahidi wetu ni pale Luka anapo mrekodi Kristo Yeshua kusema: ... *Uza vile wewe ulivyo navyo {unavyo miliki}, na utoe eleemosini {sadaka}; ujipatie mwenyewe pochi {mfuko wa fedha} ambao hauchakai kwa uzee, hazina Mbinguni ambayo haiishi, pale mwizi asipo pakaribia, wala nondo*[62] *hawa-iharibu. ...* [Luka 12:33].

Kanuni yetu ile ya shuruti uguswe na utoacho, ndiyo Yeshua kwa Luka 11:41, Marko 12:42-43, Luka 21:2-3 aitumiayo kuonyesha mwanamke mjane alivyo toa kidogo katika hesabu, lakini kingi katika thamani, kwani hicho ndicho chote alicho kuwa nacho. Hali hii huweka nafasi sawa kwa tajiri na maskini kutoa sawa mbele za

YAHWEH, na hivyo ustahilifu sawa katika kuzifikia ahadi za baraka aganoni.

Tazama kanuni nyingine katika utoaji wa toleo la aina jingine kwa Matityahu 5:24 ... *Iache pale mbele za madhabahu doroni {zawadi} yako, na uenende njia zako; kwanza ukapatane na kaka yako, na ndipo uje kuitoa doroni yako.* ... Hili lili-julikana tokea awali ya toraha kuwa, katika magomvi na malumbano haupo upendo, na kwa sababu hii sala au ombi hilo haliwezi mfikia Pendo (Yahkob 3:16). Magomvi (strife) hukomesha mahusiano siyo na huyo unaye gombana naye pekee, bali hata na Mungu YAHWEH (I Petros 3:7). Haiwezekaniki kwako kumpenda yeye usiye mwona, wakati huyu umwonaye hapa duniani wamchukia (I Yokhana 4:20).

Hata baada ya Yeshua Mashiah kurudi Mbinguni, sadaka ziliendelea kama tuonavyo katika Matendo 9:36, 10:2, 10:4, 10:31 na 24:17. Katika Ufunuo 8:3 tunaona malaika Mbinguni akiwa na chetezo cha dhahabu na kupewa mafukizo mengi ili aweze toa didomi mbele ya kiti cha enzi pamoja na sala za watakatifu. Mpendwa, sadaka zote za kafara kwa toraha, Adonai Yeshua Kristo alizikamilisha pale juu msalabani, lakini sadaka za matoleo yale yote mengine kwa ajili ya mwili wake, bado zinaendelea.

Baraka za Mazao ya Kwanza:

WALAWI 23:10, TORATI 18:4 ... *Ongea na wana wa Yisrael, na useme kwao, Pale nyie mtakapo kuja katika nchi ambayo Mimi nimewapa ninyi, na mkavuna mavuno kwayo hiyo, ndipo nyie shuruti mlete tita*[63] *{fungu la kwanza} la mavuno yenu kwa kuhani: ... Tunda la kwanza la nafaka zako {ngano na shayiri}, la mvinyo {zabibu} yako, na la mafuta {zeituni} yako, na la kwanza kwenye sufu {manyoya} za kondoo wako, shuruti wewe umpe yeye. ...*

Hizi picha juu moja ikionyesha katika zama za tabanako, taifa la Mungu wakipeleka mazao ya tunda la kwanza (bikurim) kwa kuhani wa zama zao. Na ya pili iko kipindi cha mbele zaidi, ikiwaonyesha Yisrael wakienda kusheherekea sherehe ya bikurim hekaluni Yerushalem. Pia yako maandiko toka Walawi na Torati yakionyesha kile ambacho tulifikiri shuruti hata Adam ilimpasa kufanya alipo pewa Eyden kwa tunda la mti wa kati.

Tunafikiri hiki aliambiwa baadaye, kwani tunaona mwanaye Hebel akitekeleza na kupewa thawabu kwalo. Ni hiki ndicho hata wewe inakupasa kufanya kwa sehemu ya kila uzao wa kwanza maishani mwako, aidha ni sehemu ya mshahara wa kwanza mwezi Januari (tena pale unapo hitaji wewe zaidi kulipia kodi au gharama za watoto shule nk.), au ni kipato cha kwanza cha mwaka toka biashara yako, au mazao uliyo zalisha, na chechote kingine ufanyacho na kujua wewe na Mungu wako lini ndiyo kipato cha kwanza hupatikana. Ni hivi-hivi pia kwa kipato chako cha kwanza kipatikanacho toka shughuli zako za ufugaji, au uvuvi wa samaki toka majini, au wale uwafugao nchi kavu.

Ni vuno la kwanza toka vyanzo vyote hivi vihitajikavyo wewe kukabidhi kwa maneno maalumu kwake Yeshua Kuhani wako Mkuu. Kwisha kukabidhi kama ulivyo funzwa awali kwa zaka, yeye Mungu wako atakuongoza ni wapi hapo ukabidhi hiyo bikurim, ili isiwepo tena mkononi mwako. Wewe shuruti utende haya yote katika kuonyesha utegemezi wako kwa Mungu YAHWEH, kuonyesha heshima yako kwake, na kumpa utukufu yeye, tena kwa jinsi hii aliyo ichagua yeye mbele za wote wakuzungukao.

Tunda la kwanza siyo toleo la siri (ilikuwa hivi hivi pia kwa zaka), kwani hutolewa kadamnasini, na tena ni ushahidi wa baraka zenu watu wake mbele za wasio amini. Hii ndiyo njia ya Mungu imwonyeshayo pendo lako, na utii wako kwake hata akufurahie akikubariki katika utajirisho mkuu.

Katika hili la bikurim ni msimamo wetu makini sana kutambua nani haswa ahusikaye na andiko, na kwamba andiko au jambo hilo ni kwa Yisrael pekee, au ni kwa jamii yote ya wana wa Mungu duniani. Katika ujadilifu wa utekelezaji wa sherehe ya Pesaka, uliona kwa undani vile ambavyo tishio la mauti ya wazaliwa wa kwanza kwa mtu na mifugo kule Misri, kuwa haliku-wahusu wala kuwatia jakamoyo Wayisrael wote wengine wakati wa kupakwa damu katika fremu za milango yao, bali hawa wazaliwa wa kwanza pekee kati yao.

Hivyo pale Mungu alipo wakomboa Yisrael toka utumwa wa Misri, na kuwasitiri wazaliwa wa kwanza wa mtu na mifugo kati yao toka mauti, alitaka wafanyiwe malipizi (redeemed). Hivyo alijitwalia wana wote wa Levi kama malipizi yake (Hesabu 3:41), na toka sensa hawakutosha hata kubidi Wayisrael walio bakia wafanyiwe malipizi.

Tokea uelewa huu ni msimamo wetu kwamba, malipizi haya ya wazaliwa wa kwanza wafanyayo Yisrael ni kwa ukombozi wao ulio kivuli kwetu. Kwa jinsi hii haiko sababu ya kufanya malipizi ya wazaliwa wetu wa kwanza, au mifugo yetu iliyo zaliwa wa kwanza.

Kama hivi ndivyo, je yuko sasa azuiaye wafugaji na wavuvi kutoa tunda la kwanza toka sehemu ya wanyama na samaki wafugao? Wale wavuvi wa ziwani na baharini ni wafanya biashara wa samaki na vyote vingine vipatikanavyo baharini. Haliko tunda la kwanza kwa chakula kisicho kosha (hii sentensi ni batili, kwani hakuna kiitwacho chakula kama siyo kosha), au mfugo wenye walakini. Wako samaki wengi sana walio kosha kama vile perege na wengi wengine.

Lengo la sherehe ya bikurim ni kumshukuru Mungu, na kufurahia mwanzo wa mavuno pamoja naye. Na kilicho kikubwa ni kumwomba mvua kwa wakati wake msimu mwingine ujao, na chakula cha kutosha kipatikane kwa kila familia. Na hiki ndicho anacho zungumzia mtume Shauli kwa Warumi 11:16 ... *Kwani kama tunda la kwanza {la nafaka} [ni] takatifu, hivyo-hivyo na kinyunya {unga wote unao tumika kukandia mikate} [nacho ni kitakatifu]: na kama mzizi [ni] mtakatifu, hivyo-hivyo na matawi.* ... Utakatifu wa Mungu uhamia kile kilicho chake kupitia njia ya wewe kutenga hicho kiwe cha Mungu YAHWEH.

Kiasi cha matunda ya kwanza ukipelekacho wewe mkulima kwa kuhani (askofu, padri, mchungaji, mhudumu, au mtumishi) sinagogini mwako; ni kati ya fungu na rundo, lakini uwezalo wewe kwa binafsi yako kubeba. Hivyo tuliite tita, na siyo kitita yaani kilicho kidogo kama kifungu cha mchicha. Hiki ni kile cha kwanza katika mavuno. Kwa wafanyakazi na wafanya biashara (hili hujumlisha wavuvi, wafugaji, wachuuzi, wauzaji, na wote wengine wapokeao fedha wakibadilisha kwa bidhaa au huduma), ni sehemu ya awali ya kipatao chako cha kwanza katika kila mwaka.

Katika toraha, hii ni sherehe ambayo Yisrael walikaa miaka 40 kabla ya kuitekeleza kwa mara ya kwanza. Wewe mpendwa kwa utambuzi huu leo, inakuwa wajibu wako kufanya hivi kwa kila kipato kilicho cha kwanza siku zote za uwepo wako hapa duniani. Huku ndiko kumkumbuka yeye, yaani kuonyesha kwa vitendo yale yapitayo moyoni mwako. Kukiri hadharani kuwa, vitu vyote vyema vyatoka kwake. Na kwamba ni yeye pekee astahiliye kushukuriwa, kupewa sifa, na kutukuzwa milele. Yeye ndiye aliye kubariki wewe nguvu na maarifa kujikimu[64] maishani mwako. Amin

Kwa uelewa huu Mosheh aliwaasa Yisrael kwa Torati 8:18 ... *Lakini wewe shuruti umkumbuke YAHWEH Mungu wako: kwani [ni] yeye ambaye amekupa wewe nguvu za kupata mali, ili yeye aweze lisimamisha agano lake alilo-apa kwa baba zenu, kama [ilivyo] siku hii ya leo. ...*

Kwa wao Yisrael ni ahadi za agano la kiapo kwa Abraham, ambalo kwa toraha lilifanyika lao wote, kwani wao ndiyo wa mzao wake. Hivyo-hivyo hata sisi Kanisa leo katika Kristo Yeshua kupitia agano jipya, tuna-chukua ahadi zote zake za baraka kuwa zetu, kama inavyo shuhudiwa na Wagalatia 3:16,29. Tena hili letu jipya la mwisho, lina baraka bora zaidi kupindukia, tena pasipo laana, kwani haliwezi vunjika kamwe!

Historia na Asili:

SHEREHE YA MATUNDA ya kwanza ni karamu ya furaha na shangwe, ni sadaka ya shukrani na kusifu. Ni toleo lilo pia ombi la baraka za mvua za awali na za mwishoni kwa wakati wake, ili YAHWEH alishe tena watu wake katika mwaka unao fuatia. Hiki ndicho Mosheh alicho agizwa na YAHWEH kutimiliza kila mwaka.

Katika siku hii ya mwanzo wa mavuno, waumini huandamana toka makondeni kukwea Yerushalem hekaluni kutoa matunda yao ya kwanza kwake aliye wapa chakula kwa mwaka mwingine tena. Haya ni matoleo ya shukrani na furaha tele, na ndiyo kisa hii ni mojawapo ya zile sherehe 7, na tena hii ikiwa ya kuchapa maji (kunywa mvinyo iliyo ishara ya furaha katika sherehe).

Ukichungua tanakh kwa yaliyo fanywa na mababa zao watatu (patriachs), utaona kwamba hata hili latoka nyuma zaidi, na tena mbali kabisa ya kipindi cha toraha. Kwa hili yaonekana Elohim alimfunza Adam, naye alifunza watoto wake (au wote walifunzwa kwa pamoja na Elohim) jinsi ya kutoa tunda la/mfugo wa/ uzao wa kwanza. Tuliona awali Hebel akifanya hili kwa usahihi na kupata kibali machoni pa Elohim, hata kuwa sababu ya wivu wa Kayin. Huu wivu kwalo hili ndiyo ulio pelekea mauji (murder) ya kwanza duniani (Mwanzo 4:2-4).

Baadaye kwa toraha, matoleo haya yalitakiwa kufanywa kwa kuhani walio kuwa wa mbari ya Levi pekee. Tena yalitakiwa kutolewa katika nyumba ya YAHWEH pekee, ikimaanisha tabanako la Mungu YAHWEH, na baadaye hekaluni Yerushalem pekee, na kamwe siyo katika sinagogi lolote lile (Kutoka 23:19). Pale hekalu litakapo simama tena Yerushalem, kutegemea jinsi litakavyo simama, hili litahitaji ujadilifu mpya.

Leo hii katika Kristo Yeshua ndani ya agano jipya hili la mwisho, waumini wote tumefanyika makuhani wa kifalme na Yeshua Kuhani wetu Mkuu. Huu ndiyo msingi wa kauli yetu juu kidogo kuwa: Ni vuno la kwanza toka vyanzo vyote hivi vihitajikavyo wewe kukabidhi kwa maneno maalumu kwake Yeshua Kuhani wako Mkuu (Torati 26:10). Kwisha kukabidhi kama ulivyo funzwa awali, yeye Mungu wako atakuongoza ni wapi hapo ukabidhi hiyo bikurim (sababu hekalu halipo tena), ili isiwepo tena mkononi mwako (Walawi 2:12, 23:10, Hesabu 28:26, Torati 18:4).

Kama sisi hatuta-yatii haya, kizazi kijacho kitasimama juu zaidi ya uelewa huu, na kutizama nyuma wakijiuliza; hivi kipi kilikuwa kigumu kwa wazazi wetu kutambua yale ya msingi aliyo wapa? Matatizo mengi ya kutokuwepo hakika ya mvua kwa misimu yake, na ukame katika zama hizi, itakuwa simulizi ya vipindi maalumu redioni. Na utoshelevu wa chakula utakithiri katika kila mji. Sasa basi, shuruti wewe mpendwa utenda hili kama ishara ya shukrani kwa yeye kulisha uumbaji wake, kama ishara ya utii na uadilifu kwa neno lake, na hata sasa, ishara kuu ya kuomba baraka za mvua za masika na vuli katika majira yake mwaka unao fuatia. Tafakari

Yako maneno ambayo mpendwa unatakiwa kusema pale utoapo tunda lako la kwanza. Nawe kuhani wa Yeshua, unayo maneno ya kutamka pale unapo pokea na kupepea ukipunga hewani bikurim hiyo. Fanya haya ukitizama juu yaliko maskani ya Mungu YAHWEH. Shuruti kila apokeaye tunda la kwanza na kuarifiwa hivyo, atii maandiko. Tunasema hivi sababu hilo ndilo fungu la kwanza la mavuno (matunda ya kwanza) liletwalo kusanyikoni kupitia wewe (Walawi 23:20). Tolea hili kwa Yehezkel 44:30 limepewa kuwa binafsi kwa makuhani wahudumu wa Kanisa lake.

Utekelezaji kwa Kanisa Lizungumzalo Kiswahili:

MPENDWA, TUMECHUNGUA maandiko na kugundua mkanganyiko ulio litinga kanisa lizungumzalo Kiswahili kuhusu sherehe rasmi za matunda ya kwanza (mwanzo wa mavuno), na shukrani ya mavuno ijulikanayo zaidi kama sherehe ya mavuno (sinagogi nyingi huifanya mwishoni mwa mwaka). Yisrael walikuwa na misimu 3 ya mavuno kwa ngano/ shayiri (nafaka), zabibu (mvinyo), zeituni (mafuta). Ni wakati wa mavuno ya mwisho ndiko sherehe ya shukrani ya mavuno (isiyo rasmi kati ya zile 7) hufanyika.

Katika kila mojawapo ya haya matatu (3) utaratibu kwa misimu yake hujirudia hivi: -

1. Sherehe ya bikurim (sherehe rasmi ya matunda ya kwanza),
2. Mavuno halisi (mavuno mawili ya awali hakuna sherehe hii isiyo rasmi, bali yale ya mwishoni mwa mwaka pekee – Kutoka 23:16, 34:22).
3. Kwa kila msimu, na kwa kila zao, mabaki ya mavuno katika pande za shamba, na yaliyo dondoka, ni stahili za wajane na maskini, ili maskini waweze pata chakula (Walawi 19:9, 23:22,

Torati 24:19).

Mazingira na mfumo wa maisha umebadilika sana, lakini bado sehemu kubwa ya jamii yetu tuzungumzao Kiswahili ni wafanya biashara, wafanyakazi, wakulima, wahudumu, wavuvi, na wafugaji. Walio bakia ni aidha watoto, au wanafunzi, au wazee. Wote wa makundi ya awali wanacho kipato, na hivyo inakuwa shuruti kwao kutoa kiasi cha tunda la kwanza toka kipato chao cha awali mwanzoni mwa mwaka. Bikurim ndiyo sherehe rasmi na iliyo makini katika mahali, wakati, na jinsi impendezavyo YAHWEH. Pia halipo zuio la sherehe ya mavuno isiyo rasmi mwisho mwa mwaka (Kutoka 23:16).

Kwa kuwa matoleo ya mavuno (harvest) ya mwishoni mwa mwaka ni kwa ajili yako kumshukuru Mungu, basi kipato hicho cha Mungu na kibakie sinagogini, au pale ilipo huduma yake kwa uendelezo wa injili na siyo ujenzi au upanuzi wa vyanzo vipya vya fedha kama mashule, benki, saccos, hospitali, na kadhalika (ujenzi wa vituo vya watoto yatima, wazee, na wajane ni sehemu ya usambazo wa injili ya upendo).

Matoleo hayo ya mavuno ni vema yafanyike pale mazao yote yakisha kuwa yame-kusanywa na yako ghalani (ingathering). Kutokana na kuchanganyika kwetu sinagogini katika makundi yale tuliyo yataja mara juu, inaonekana kalenda ya sherehe ya mavuno ni vema iwe mwishoni mwa mwezi Desemba, sababu hata wale wa mishahara watakuwa wame-kamilisha mwaka wa mapato yao.

Pale tunda la kwanza lijapo sinagogini au katika ofisi za huduma yake, basi ni shuruti ugawanyo uwe kwa kadri ya kiwango cha mshahara wa kila mhudumu. Uhalalisho wake hili ulisha fanyika nyuma tulipo kuwa tukijadili mgao wa zaka, kwao wahudumu wa Mungu YAHWEH.

Tunasoma haya kwa Yehezkel 44:30 ... *Na ya kwanza kati ya bikurimu {matunda ya kwanza} zote, na kila teruma*[65] *ya vyote, ya kila [aina ya] teruma zako, shuruti ziwe za kuhani: nyie pia shuruti mumpe kuhani kinyunya*[66] *{unga wote unao tumika kukandia mikate} chako* *cha kwanza, ili yeye aweze pelekea baraka kushuka na kubakia nyumbani mwako.* ... Sasa nenda ukatenda hili kwanza, na kwa shamra zote, ndipo lile lisilo rasmi la mavuno lifuatilie.

Kanisa uzungumzaye Kiswahili upo katika safari ya makuzi yako, na kama vile mtoto akuavyo, hata nawe enenda ukijirekebisha. Hakikisha mwenendo wako ni kwa kadri ya maandiko pekee. Na uwe makini sana kuwa; tunda la kwanza shuruti liwe sehemu ya kwanza ya kipato chako cha kwanza katika mwaka huo mbele za Mungu YAHWEH. Katika hili la sherehe ya bikurim, hakuna ulegevu, ni aidha unatii kwa jinsi na namna atakavyo, au acha kabisa usitende, sababu haipo tofauti.

Kwa masinagogi mengi ya mijini, tunaona waumini wengi hutegemea vipato vya kibiashara au kazi za ajira. Hivyo ni vema kwao sherehe hii kusubiri mwishoni mwa mwezi wa kwanza, ili sehemu ya kipato chako cha kwanza (kitita siyo kipato chote) uikabidhi sinagogini. Tunafikiri hadharani kwamba, kila sinagogi kutegemeana na eneo la kijiografia, mchague kalenda yenu ya sherehe za bikurim, na muongozwe pia na aina ya waumini walio wengi katika kusanyiko lenu.

Pia ni vema misa hiyo ikafanyika katika siku ambayo mazuio yote ya Shabath yatazingatiwa. Hii itakuwa ni siku ya Shabath ya sherehe na furaha kusanyikoni humo. Ni kwa jinsi hii uchunguzi makini wa Yisrael utagundua kalenda yao ya kidini hurekebishwa kwa kadri ya sherehe hizi, ili nyakati hizo ziendane na kile Mungu YAHWEH alicho agiza kwenye toraha. Na hiki ndicho tulicho pendekeza hapo juu mara.

Hivi unajua siku hii ya sherehe ya bikurim ndiyo pia siku ya ufufuo wa Kristo Yeshua? Hivyo ili iwe siku ile ile, tarehe hubadilika. Na kama tarehe ya bikurim hubadilika, basi hata tarehe ya kifo chake Kristo iliyo siku ya sherehe ya pesaka hubadilika. Ili kuweka kumbukumbu la kifo na ufufuko wa Yeshua katika siku zilezile ilivyo tokea kale, viongozi wa kanisa (baada ya siku nyingi kupita), walijitenga na tarehe halisi za Yisrael (Yisrael bado anaendelea na tarehe halisi).

Kama unayo kalenda kwenye simu yako, au kompyuta, unaweza chagua kalenda ya Kiebrania, ili ushereheke katika jinsi na namna toraha ilivyo agiza. Katika hili tunafikiri watangulizi wetu wako sahihi, sababu kumbukumbu kivuli ya ukombozi wa taifa la Yisrael, ilikamilishwa pale tukio halisi la Adonai Yeshua lilipo leta ukombozi wa kweli kwa wana-adam wote duniani.

Huu ni mfano mdogo na finyu sana wa jinsi yule aliye muajiriwa kati ya wana wa Mungu humpasa kufanya kimatoleo, katika mwezi wa Januari kila mwaka: -

1. Misa ya kwanza ya Januari sinagogini, utaleta sadaka ya shukrani ya uhai, sadaka ya kawaida, na zote nyingine kwa kadri ya matangazo humo (ya komunio, ubatizo, n.k).
2. Misa ya pili ya Januari utaleta sadaka ya kawaida na zote nyingine kwa kadri ya matangazo sinagogini.
3. Misa ya tatu ya Januari utaleta sadaka ya kawaida, na zote nyingine kwa kadri ya matangazo sinagogini.
4. Misa ya nne ya Januari iliyo mwisho wa mwezi, utaleta sehemu maalumu ya kwanza (kitita) toka mshahara wako wa kwanza kama malipo ya bikurim. Pia yakupasa kulipa zaka yako ambayo ni sawa na moja ya kumi (10%) ya mshahara wako wa mwezi huo kabla ya makato yeyote yale (gross salary). Utatoa sadaka ya kawaida, na zote nyingine kwa kadri ya matangazo humo.

Sisi tunafikiri sherehe rasmi ya bikurim kama ilivyo tengewa siku maalumu ya Shabath maalumu na toraha, hiyo imesha kamilika. Na kwamba kilicho bakia sasa kutimia, ni mavuno yasiyo sherehe rasmi mwishoni mwa mwaka. Hivyo ufufuko wa kwanza ni Yeshua akiwa tunda la kwanza (bikurim) takatifu kwa Mungu. Na mavuno mwishoni mwa mwaka (in gathering), ni ufufuko na uchukuo wa Kanisa, katika ujio wake usio rasmi mawinguni.

Kabla ya kuhitimisha mada, hii hapa chini ndiyo sala ya kufanya kabla ya ukabidhi wako wa bikurim hiyo kwa kuhani mtumishi wake leo hii hapa duniani. Ni vema wewe ufanye sala hii mbele ya tunda lako la kwanza nyumbani mwako kabla ya kulipeleka sinagogini, au pale ulipo agizwa. Kama Sala ya Tunda la Kwanza haipo kwenye vitabu vyenu vya sala, hupatikana katika Torati 26:10:

Sala ya Tunda la Kwanza

(kabla ya kukabidhi kwa kuhani):

BABA MUNGU, KATIKA jina la Yeshua Kristo Kuhani Mkuu; Ninakuja leo mbele zako nikiwa nimeleta tunda la kwanza toka kipato changu ambacho wewe Mungu YAHWEH umenibarikia.

Nina kikabidhi kipato hiki mbele zako YAHWEH Mungu wangu: nina-kuabudu, na nina-kushukuru, na ku-kusifu kwa baraka zako nyingi ulizo nifanikisha nazo katika mwaka huu unao kamilika hapa. Na kwa tolea hili, naomba baraka zako nyingi zaidi mwaka huu unao anza sasa.

Pia tuna-kuomba utukirimie mvua katika majira yake, mvua za masika (za mwanzo) **kwa wakati wake, na mvua za vuli** (za mwishoni) **kwa wakati, pasipo kuchelewa wala kukosa.**

Katika jina la Kuhani Mkuu Yeshua Kristo; namkabidhi yeye hapa, na kwa maongozi yake ambaye atapokea tokea huduma yake leo hii kati yetu sisi tuongea Kiswahili. Amin

Baraka za Upando wa Mbegu

LENGO KUU LA KILA APANDAYE mbegu ya imani, ni matumaini tegemezi ya kupokea mavuno. Hii ndiyo siri ya ajabu ya injili yote. Pale Mungu YAHWEH alipotaka familia, alimtoa Adonai Yeshua Kristo, Mwana wake wa pekee (zama zile), kufanyika mbegu ipandwayo duniani. Hivyo tokea Mbegu huyo mkamilifu, sisi sote tulifanyika watoto wakamilifu wa Mungu YAHWEH (Wagalatia 3:16).

Hosheyah 2:23, na Matendo 13:23 ... *Na Mimi nita-mpanda yeye kwangu ndani ya Dunia {ardhini, katika nchi}; na Mimi nitakuwa na huruma juu yake yeye ambaye hajapokea huruma Lo Ammi {Siyo Watu Wangu - jina fumbo alilopewa mwana wa Hosheyah}; na Mimi nitasema kwa wasio watu wangu, Nyie [ni] watu wangu {am - Yisrael}; na wao shuruti watasema, [wewe ni] Elohim wangu {Warumi 9:25, I Petros 2:10}. ... Tokea mbegu yake huyu Elohim alimwinua juu kwa kadri ya ahadi [yake] ya kuwainulia Yisrael Mkombozi, [yaani] Yeshua: ...*

Mtume Shauli katika I Wakorintho 15:42 pamoja na mtume Kefa kwa I Petros 1:23, wana-afikiana pamoja na utofauti wa wakati na mahali pale waandikapo kwamba, shuruti mbegu ipandwayo ife na kuoza kabla ya kuinuka kilicho sawa na hiyo, na mara nyingi zaidi kupindukia ya ile iliyo pandwa. Hili ndilo lengo mama la kila apandaye mbegu.

Mpango wote wa ukombozi umesimikwa na hufanya kazi ndani ya kanuni hii ya upando wa mbegu (Luka 13:18-19). Hii ndiyo njia ambayo kwa fikra za YAHWEH, ilikuwa sahihi mambo yote yaliyo tendeka, na kufunzwa humu mwote, yatendeke na kukamilika. Kwamba, kwa kibali cha ukaribisho wa Abraham kupitia kafara ya Yitzhakh, ndiyo Yeshua Mwana wa Mungu aje kupandwa kama Mbegu ya kafara kupitia msalaba wake wa mateso. Ni kwa sababu hii sherehe ya tunda la kwanza iliyo mwanzo wa mavuno, na yeye akiwa vuno la kwanza, ndiyo siku ya ufufuko wake.

Hivyo tokea Mbegu Yeshua Kristo, tumepatikana sisi sote mabilioni leo hii ya Wakristo shambani humu duniani. Ni yeye Mbegu aliye pandwa toka uungu ndani ya bikira Miryam na Ruak HaKodeshi, ili awe yule Mzao (Mbegu) aliyo ahidiwa Abraham (Mwanzo 17:7, 22:17-18, 26:4, 48:4, 49:10, Yeshayah 41:8, 45:25, Matendo 3:25). Pia ni huyu Mbegu aliye Mzao wa mwanamke (Miryam), aliye onywa satani ibilisi kuhusu ujio wake katika Mwanzo 3:15 (Wagalatia 3:19).

Tumesema haya yote mazuri ili kupokonya[67] kwayo tafakari moja inayojaa tele fikrani mwetu kwamba; kama yeye ambaye njia zake na fikra zake ni kuu kuyumkinika, hutumia kanuni ya upando wa mbegu, basi acha hata sisi wenye macho tusiambiwe tazama. Hata Mbegu aliye Mzao alipo tutembelea duniani, mafundisho yake mengi yalihusu haya-haya ya kupanda na kuvuna (Matityahu 13, Marko 4, Luka 8).

Marko 4:26-29 ... *Na yeye alisema, Hivyo ndivyo Ufalme wa Mungu, kana kwamba mtu amepanda mbegu ardhini; Na analala, na kuamka usiku na mchana, na mbegu inamea {inachipua} na kukua {inarefuka}, yeye hajua vipi. Kwani udongo huzalisha matunda yake wenyewe; kwanza jani, ndipo suke {shuke}, na baada ya hili nafaka nzima ndani ya suke. Lakini pale tunda linapo komaa, mara moja hupeleka mundu {kisu cha kuvunia ngano au shayiri}, sababu mavuno yamefika. ...*

Injili ikiwa Neno aliye Yeshua aliye Mbegu, ndiyo iliyo pandwa duniani. Na sote tunayo rekodi maandikoni ishuhudiayo Mwana wa Mungu akisema: mavuno kweli ni mengi sana, lakini watendao kazi ni wachache, hivyo tumwombe ADONAI wa mavuno, atume wafanyakazi katika mavuno yake (Matityahu 9:37-38).

Tokea misingi hii imara ya kweli za maandiko, inastahili hata wewe uige mfano wake wa kutenda duniani, ili nawe upokee mavuno makuu kupitia kanuni hii ya upando wa mbegu. Wewe mpendwa siyo tu unafanana na Mungu, bali wewe ndiye mfano wake halisi hapa duniani. Kwa kufanana naye uko kama yeye, na kwa kuwa mfano wake, hata wewe waweza tenda yote kama yeye atendavyo, na kupata matokeo kama yake apatayo (Yokhana 14:12-14).

Katika kufikia lengo lake la kuwa na familia, Adam wa kwanza (mtu wa kimwili) na Adam wa Mwisho (mtu wa kiroho) wote ni mbegu alizo zipanda duniani akupate wewe. Je wewe mtoto wake wahitaji nini? Nacho ni nini hicho kikusumbuacho, kwamba wewe usione njia ya kuifikia baraka yangu? Unalo tatizo? Panda mbegu ya utatuzi wake, na mavuno yako kwa lukuki kupindukia katika jina la Yeshua Kristo wako, shuruti uwe ujira wako.

Kila mbegu upandayo ni shuruti ife kwanza, ipotee, hata ukate tamaa kwayo kwani imeoza, ndipo kwa Ruak wangu, hutia tena uhai ndani yake, nami huifanya mpya, na kuifufua ichipuke toka mauti yake katika mwonekano mpya na hai. Huukuza mmea huo, huumwagia maji, na kuondoa magugu, na ukisha komaa hunoa mundu na kwenda kufanya mavuno lukuki toka mbegu hiyo moja. Mimi hupokea wingi wa mbegu wenzi wake kuliko zaidi. Katika hili leo hii; kauli yangu hii imetimia: ... *Lakini hakuna chechote ambacho kimefunikwa, ambacho hakita funuliwa; wala fichwa, ambacho hakita julikana.* ... [Luka 12:2]. Tafakari haya kwa Waefeso 6:21, Yokhana 15:15, Torati 29:29, Amos 3:7, Matityahu 11:25, I Wakorintho 2:10, Wafilipo 3:15, na I Petros 1:12. **Mungu YAHWEH apewe sifa!** Amin

Kila pingamizi tulilo itupia hii mada kuijaribu itoke humu, iliendelea kusimama, na hata sasa bado iko. Kwetu sisi hatupendi chechote kinacho ikaribia nadhiri, sababu Mungu anataka 'ndiyo' yetu na iwe ndiyo, pasipo maapizo au ahadi kwa nadhiri asizo zihitaji. Lakini hili siyo nadhiri, kwani nadhiri ni ahadi ya maneno ya kumpa Mungu kitu au jambo fulani, pale yeye atakapo kutendea kitu au jambo fulani kwanza.

Kimsingi nadhiri ni ahadi ya kiapo (vow) kwa YHWH, ukisema: kama wewe ukitenda hivi, mimi nitatenda hivi. Hili la kupanda mbegu leo limegeuza hilo na kusema: mimi nafanya hivi, naomba nawe ufanye haya nikuombayo. Hivyo hili la upando wa mbegu ni ombi kwa kitendo, kwani muumini hutoa kinacho fanana na unacho hitaji, kwa lengo la kupokea mara nyingi zaidi hadi kupindukia kwa mlinganisho na ulicho panda.

Kwa kufanya hivyo, tendo la upando wa mbegu huwa uthibitisho wa utegemezi kwa ishara hiyo na sala inayo ambatana na ombi hilo. Hivyo hili nalo hutenda tokea mifumo iliyo wekwa na maagano, lakini kwa kuitegemea neema na huruma ya Mungu kupitia jina la Adonai Yeshua Kristo.

Hili ndilo pendekezo letu kuhusu aina ya sala uwezayo kufanya katika hili wakati wa kujiandaa kwenda kukabidhi mbegu hiyo, pale alipo kuelekeza kuipanda: -

Sala ya Upando wa Mbegu

BABA YETU ULIYE JUU Mbinguni, katika jina la Mwanao Yeshua Kristo, ninakuja leo mbele zako kupanda mbegu hii ya imani kwako. Nashukuru kwa kunipa mbegu hii nipandayo leo, kwani wewe ndiye mmiliki wa vyote, unipaye chakula kula, na mbegu kupanda kwa uongezeko.

Hivyo leo hii nina-chukua sehemu ya hivi ulivyo nipa ya ....[jinsi, au kiasi, au aina], **kuipanda mbegu yangu ndani ya huduma yako, iliyo udongo wenye rutuba. Tokea maongozi yako nina panda mbegu hii leo katika** .... [sinagogi, jina la mhudumu, taasisi, au shughuli]. **Hivyo nina achia imani yangu kupitia neema, na kwa maongozi ya Ruak HaKodeshi kwamba, Baba Mungu utanipatia mavuno ya** .... [jinsi, aina, au kiasi unacho hitaji].

Sasa naingia katika pumziko lako nikusubiria kwa hamu kuu mavuno yangu. Hata sasa kwa imani napokea mavuno hayo, na nina-kushukuru Baba Mungu, kwani wewe unaweza yote – wewe ndiye uniwezeshaye, wewe ndiye mtegemezi wangu maishani. Amin

Kila apandaye mbegu huwa mlinzi wa usiku juu ya ukuta (watchtower), kwayo hiyo mbegu. Hutazama kwa makini, huku akisubiri kwa matamanio mavuno yake. Ni tumaini hili (rely on, depend on) liwapo kwake YAHWEH kwa hakika ya kwamba atatenda (trust), kupitia neema ya Yeshua Kristo kwako, basi usubirifu wako hukomaa na kuwa imani (faith). Ni imani huyu ndiye mjakazi atokaye nje yako na kwenda huko kupitia ahadi za kiagano, kutimilisha tumainio hilo, wewe ukiwa pumzikoni.

Wewe ndiye dereva kwalo hili, hivyo usiachie usukani wa imani hata chombo kiende mrama. Simama imara katika usubirifu ukishukuru na kushangilia upokezi wako kana kwamba umesha pokea, naye Baba aonaye sirini humo umepumzika, atakutimizia uhitaji wako wote. Hivyo usitoke nje kwenda kufukua udongo kuangalia kama mbegu imeanza kumea, kwani yakupasa uwe katika amani ya pumziko lake.

Wala usivune kabla ya kukoma, kwani utaharibu mazao. Tena uvune pasipo kuchelewa, mara tu zikisha komaa, yasije mavuno kuharibikia shambani. Katika kazi ya uvumilivu wa subira yako, mpendwa baki katika shukrani pekee, na siyo maombi tena. Kila arudiaye hatua ya ombi katika ngazi hii ya usubirifu wa pumzikoni kwa shukrani, huyo huchimbua shimo la mbegu ya awali, pasipo upandaji mwingine.

Kama vile Adonai Yeshua Kristo alivyo funza kuhusu mbegu, tayari adui yako anajua makali ya injili hii kwake atakaye iamini. Hivyo huranda-randa huku na huko akitafuta nani ajitiaye umahiri kutenda hili, ili mkwaze na kumwangusha kwa hila za ulaghai wake. Na hila hizo hujificha nazo katika kusikia kwako, tokea nani afunzaye hilo, katika kuaminii kwako, katika utii wa upandaji wako, katika uvumilivu wa usubirifu wako, na katika uingio wa pumziko lako. Lengo lake ni akutoye nje ya amani na hakika hii, ili usitende, au utamke la hofu kuitekeza mbegu hiyo isichipue. Kumbuka, madaraka ya kauli za mdomo wako unayo wewe, sababu maneno huumba.

Hakuna wanacho kihofia maibilisi, kama wewe kugundua jinsi ya kuuamuru mkono wa YAHWEH maishani mwako. Hili wana-liogopa na kutetemeka, na hofu yao kuu zaidi ni mapinduzi kanisani, pale tu wewe utakapo weza. Kwani wanajua wewe ukiweza, basi walio wako wote nao watageza, hata iwe kawaida kanisani. Hili kwa hakika linampa mfadhaiko, na jaka la moyo satani, hata iwe sinema ya bure kwa malaika walinzi wako. Hivyo simama imara katika yote, na kwa uadilifu jilaze pumzikoni mwake huku ukisubiri kwa matumaini makuu, tena ukishukuru na kumsifu Mungu YAHWEH.

Kwa ajili ya hakika na ushuhuda wako kusanyikoni, ni vema ukisha panda, uweka rejista[68] ya mbegu zako, na yapi ni matarajio ya mavuno yako. Ni shuruti iwe hivi, ili pale wewe ukishasubiri (kama kwa lako kupo kusubiria), na kuitimilisha nia ya YAHWEH maishani mwako, uweze kujua ni mbegu ipi imekomaa, na tayari kwa mavuno.

Mike Murdock alipokea toka kwake funguo 9 ambazo tungependa wewe pia ziwe zako leo, kwani hakuna unabii upewao kanisani kwa ajili binafsi. Funguo hizi ni kanuni zijengazo msingi mzima wa uelewa wa baraka kwa matoleo ya kupanda mbegu kama hivi ifuatavyo: -

1. Pale nikuagizapo kupanda mbegu, Mimi huwa na mavuno tayari akilini mwangu.
2. Hakuna kitokacho Mbinguni kuja duniani, mpaka kitu kimeitoka Dunia.
3. Pale wewe ufunguapo mkono wako, nami nitafungua madirisha yangu (ya Mbinguni).
4. Mbegu iutokao mkono wako, haiyatoki maisha yako, lakini huiendea kesho yako ambako huzidishwa.
5. Kama utaruhusu kikutoke kile ukionacho, Mimi nitaruhusu kinitoke kile ambacho wewe hauwezi kukiona.
6. Kila hatua kuendea kujitosheleza fikrani mwako, ni hatua kwenda mbali nami.

(Ubinafsi hupelekea kujitosheleza, na hivyo kujibwetesha kiimani hata uache kumtumainia yeye tena. Utajiri wako ni kwa ajili ya kuufuta uhitaji wa dada na kaka zako wote katika Kristo Yeshua, huku uki-itekeleza injili kwa binafsi yako, na kusaidia ufikisho wake kwa wote waongeao Kiswahil).

1. Kila ufanyacho (upandacho) katika juhudi za kunitii Mimi; hakitapita bila kuzawadiwa (aidha nili-kuagiza au siku-kuagiza).
2. Mbegu ndogo mavuno madogo, mbegu kubwa mavuno makubwa. Tazama ukweli wa maisha kwamba, mbu huzaa kila siku, lakini tembo huchukua miaka.
3. Kile ufanyacho kutendeka kwa ajili ya wengine, Mimi nitapelekea hicho kufanyika kwako pia. Kumbuka nilicho sema kwa Yeshayah 58 (6-14) na Waefeso 6 (1-24) pale unapo nyoosha mkono wako kuwafikia walio dhurika.

Kanuni tangulizi na iliyo kuu kuliko zote katika kundi hili; ni uhitajiko wa udongo wa rutuba wewe kupanda mbegu hapo. Udongo wa rutuba ni utii wa elekezo lake kwako, au utekelezi wa jibu lake pale ulipo muuliza wapi upande na yeye kukujibu. Katika ukosekano wa haya mawili, basi udongo wa rutuba ni pale karama 9 za Ruak HaKodeshi zizaapo matunda, na kushuhudiwa hadharani. Haijalishi hapo ni taasisi, au huduma, au utumishi, au mtu, au sinagogi, bali pale tu udhihirisho wake upo (mtawajua kwa matokeo ya kazi zao, kwani mpera hauzai miiba).

Pamoja na uelewa huu makini wa upi ndiyo udongo wenye rutuba, lakini wewe shuruti upande mbegu zako zote kwake YAHWEH katika jina la Adonai Yeshua Kristo. II Wakorintho 9:10 ... *Sasa yeye ambaye humpatia mbegu mpandaji, kwa pamoja humpatia pia mkate kwa ajili ya chakula, na huizidisha mbegu yako uliyo ipanda, na huongeza matunda ya haki kwako; ...*

Hili suala la wewe kuongozwa na Mungu na kumsikia pale akuelekezapo, siyo suala la kidini, bali kweli ya maisha. Ni matamanio yetu kanisa lote lizungumzalo Kiswahili liishi hivi, siyo katika unafiki wa kidini, bali katika kweli ya mahusiano na Mungu wako YAHWEH. Kama wewe mpaka sasa bado katika hili, tuna-kuomba usimame kusoma hapa (kwani haiko sababu ya wewe kwenda mbele), na urudi nyuma ukasome mwanzo mpaka mwisho wa masomo ya 'Jinsi ya Kusali kwa Usahihi' na 'Kuongea na YAHWEH.' Hakuna mbadala katika haya, bali utii wako.

Mbegu yaweza kuwa fedha, mali, muda, au chechote kile cha thamani mbele yako, kikutokacho wewe kwenda kwa mwenzi wako aliye mhitaji wake hicho. Tena ukifanya hivyo katika kujinyenyekeza kwako kwa Mungu YAHWEH, kwa kutenda yale yampendezayo tu. Yampendezayo yote yamo katika toraha na injili yake pekee. Na hili ndilo neno lake kuhusu haya toka Mwanzo 8:22 ... *Kadri Dunia inavyo endelea, wakati wa kupanda na kuvuna, na baridi na joto, na kiangazi na masika, na mchana na usiku shuruti visikome. ...*

Baraka kwa Matoleo ya Kusaidia:

MATOLEO YA KUSAIDIA ni hiari, ndilo neno hili tulilo ligusia katika mafunzo ya upendo, pale tulipo jadili 'charity' (harambee, msaada). Neno hili ndilo limegeuka kuwa matoleo kwa lengo la kusaidia mtu, au kundi, au jambo, au juhudi maalumu waumini wafanyazo kwa ajili ya kuudhihirisha upendo wa Mungu duniani.

Kama matoleo haya yote matatu tuliyo pitia, hili nalo ni tendo, na siyo nia au dhamira, bali matoleo halisi ya fedha, mali, nafasi, muda, shughuli, na mengi mengine kwa lengo la kudhihirisha upendo tokea imani yako. Tendo hili la upendo ndilo tendo pekee awezalo fanya mtu katika kumkopesha Mungu. Mara nyingi tendo hili hutoka kwa wewe uliye nacho, kumwendea yule asiye nacho, au mwenye uhitaji.

Mafundisho ya haya kwa namna na jinsi hii yamejaa tele kila mahali ndani ya maandiko matakatifu. Hivyo lengo letu hapa ni kuthibitisha kwako toka hayo, vipi kwa matoleo haya baraka huweza kukufikia wewe mtoaji. Lengo la ukombozi wa kimwili lilikuwa kukupa wewe na waumini wote wengine; siku za Mbinguni leo hii hapa-hapa duniani. Kwa kufanya hivi Yeshua kupitia neema aliurudisha utajiri kwa baraka pale ufukara kwa laana ulipo tawala. Hivyo tendo jema la upendo huu wa matoleo ya kusaidia tokea kwako muumini, ni mwendelezo wa vita ile-ile ya baraka dhidi ya laana.

Jukumu la vita hii umepewa wewe kanisa. Ni kutoka kwako uaminiiye haya, ndiyo mwenzetu yule aliye chini ya minyororo ya utumwa wa laana, naye ataweze onja na kuaminii uwepo wa siku za Mbinguni leo hii hapa duniani. Pia kwa haya sisi hujulikana kuwa tu watoto wa Mungu aliye hai, yaani Wakristo (Yokhana 13:35).

Hii siyo mbinu wala kauli mbiu, bali ni tendo halisia lipelekealo mafundisho ya injili ya upendo kuhusu ukombozi wa kimwili na ule wa kiroho kuwa na maana halisia hapa duniani. Hata wasio amini katika hili, huweza kugusa kama Thomas, na kuithibitisha kuwa ni kweli. Upendo hufichuka pale mmoja ajitoapo juu ya mwenzi wake. Ni kwa hivi iliandikwa; upendo mkuu kuliko wote ni kwa mmoja kujitoa uhai wake ili mwingine aweze ishi. Yeshua alitimiza hili, na kuagiza wewe na sisi tupendane mmoja kwa mwenzi wake tokea mfano wake huo.

Hapa ndipo sisi kwa upendo huona imani ikiingia kazini. Hili lafichuliwa vema kwa mlinganisho wa jinsi imani isivyo weza dhihirika pasipo tendo la upendo. Yule aliyeishi nyumba moja na Yeshua tokea utambuzi wa haya alisema hivi: ... *Hata imani hivyo-hivyo, kama haina matendo {ya toraha}, ni mfu katika ubinafsi wake {ikibakia yenyewe}. Lakini, mtu aweza sema, Wewe unayo imani, na mimi ninayo matendo: nionyeshe mimi imani yako pasipo matendo yako, na mimi nita-kuonyesha wewe imani yangu kwa matendo yangu. Wewe una-amini kwamba kuna Mungu moja; wewe wafanya vema: ibilisi nao wana-amini, na kumtetemekea {kwa hofu}. Je sasa watamani kujua, wewe mtu mjinga {usiyejua hili}, kwamba imani pasipo matendo {ya toraha} ni mfu? ... Sasa nyie mwaona vipi kwa matendo {ya toraha} mtu uhesabiwa haki {uhalaishwa}, na siyo kwa imani pekee. ... Kwani kama vile mwili pasipo roho ni mfu, hivyo-hivyo imani pasipo matendo nayo ni mfu. ...* [Yahkob 2:17-20,24,26].

Yahkob alitafakari zaidi kwa maandishi neno la kaka yake Yeshua Mwana wa Mungu alicho sema kwa Matityahu 25:35-40 ... *Kwani Mimi nilikuwa na njaa, na nyie mkanipatia Mimi chakula, Mimi nilikuwa na kiu, na nyie mkanipatia Mimi kinywaji: Nilikuwa mgeni {aliyefika katika mji}, na nyie mlinichukua kuniweka Mimi ndani: Uchi, na nyie mkanivika {nguo} Mimi: Mimi nilikuwa mgonjwa, na nyie mkaja kuniuguza {kunijulia hali}: Mimi nilikuwa kifungoni {chini ya ulinzi, gerezani}, na nyie mkaja kwangu.*

Ndipo wenye haki watamjibu, wakisema, Adonai, lini sisi tuli-kuona wewe mwenye njaa, na tuka-kulisha? Au mwenye kiu, na kukupa kinywaji? Lini sisi tuli-kuona wewe mgeni, na ku-kuchukua ndani? Au uchi, na tuka-kuvisha {nguo}? Au lini sisi tuli-kuona wewe mgonjwa, au kifungoni, na tukaja kwako? Na Mfalme atajibu na kusema kwao, Amini Mimi nisemacho kwenu, kwa kadri ile kama nyie mlivyotenda kwa mmoja wapo wa wadogo {machoni pa watu} hao kaka zangu, nyie mmetenda [hayo] kwangu Mimi. ...

Neno 'wadogo' (elachistos) hapo humaanisha walio chini kabisa kimaisha (the least of these), yaani fukara maskini, na siyo mlinganisho wa umri, bali nafasi katika jamii. Kwa neno 'kaka zangu' yeye anafanyika Mungu wa wasio jiweza na wahitaji (hivyo asiye muaminii siyo kaka yake). Na pia kwalo hili sisi tunaona ufunguo wa usaidizi uhesabikao hivyo kwake, kuwa ni ule wa juu ya aidha Yisrael au Kanisa. Tunasema hivi sababu, hawa ndiyo kaka na dada zake (Marko 3:35, Matityahu 12:50). Mpendwa kumbuka sana hili katika usaidizi wako.

Kwa kuwa sasa wajua msingi wa somo zima, hivyo wajua kwamba, kwa yeye kujimilikisha wahitaji wote: maskini, fukara, yatima, wafungwa, watoto nje na ndani ya mimba, vichaa, wagonjwa, na wote wengine; anafanya bayana kwamba, yule atakaye jishughulisha na ubora wa maisha ya hao, huyo hufanya hivyo kwake. Na hili huwa deni kwake yeye binafsi, kana kwamba ni lazima akulipe mara. Mungu hakopesheki chechote, sababu hakai na deni, kwani ni asili yake kulilipa hilo mara.

Hivyo kwalo hili sisi tunazo njia zote hizi 4 kwa ajili yako mpendwa, ili Mungu ajishugulishe na wewe. Je uelewa wa tabia yake hii si sawa na pesa ndani ya benki? Kama hivyo ndivyo, sasa nini unasubiri mpendwa, haya hima twende tukatafute dada na kaka zetu walio wahitaji kusanyikoni tuwasaidie!

Tunajua hata wewe unajiuliza moyoni, je yawezekana vipi mtu kumkopesha Mungu? Tazama pamoja nasi ushahidi wa andiko, na kisha pima fundisho kama bado linasimama, kama bado lasimama, basi inakuwa deni sasa kwako wewe kutenda matoleo ya kusaidia kwa msingi huo. Mithali 19:17 ... *Yule ambaye anayo huruma juu ya mnyonge {mgonjwa, maskini, mhitaji, dhaifu} humkopesha YAHWEH; na kile ambacho ametoa {matibabu, fedha, huduma, lipa deni} yeye atamlipa {atamrudishia, ata-mzawadia} huyo. ...*

Dhana hii ya kutoa kwa minajili ya kusaidia kama ilivyo tafsiriwa awali, hivi ndivyo ilivyo na kamwe tusinge penda kuipanua hata ibebe kila aina ya usaidizi. Tendo hili la upendo kwa toleo hili la kusaidi lina vigezo vyake angalizi. Msingi wa utendaji wake shuruti uwe: -

1. Toleo la upendo litolewe kiimani kupitia neema ya Kristo,
2. Mpokeaji wa toleo hilo ni mhitaji au fukara (asiye na jinsi ya kulipa fadhila hiyo),
3. Udongo wenye rutuba kwa toleo hili, ni watoto wake Yisrael na Kanisa pekee,
4. Mungu YAHWEH ndiye anaye kulipa hicho ulicho saidia.

Mpendwa kuwa mwerevu katika hili, kwani kutoa kwa lengo la kusaidi makundi ya kijamii ambayo hujishughulisha na utoaji wa mimba wakiua watoto (arbotionist), au ushoga, ni kusambaza zaidi laana. Huwa hivi pia katika taasisi za wasio amini kuwa; Adonai Yeshua Kristo ni Mwana wa Mungu, na Mkombozi pekee wa wana-adam wote.

Tazama usije kutikana ukichukua chakula cha watoto wa Mungu, na kuwatupia mbwa chini ya meza (Matityahu 15:26-28, Marko 7:27-29).

Tungependa kutofautisha kanuni ya upendo iliyo blanketi lifunikalo wana-adam wote, kwa utofauti na toleo hili la kusaidia. Mlengwa katika toleo la kusaidia ni Myisrael na Mkristo aliye katika agano na Mungu YAHWEH. Tunaujua uzito wa kuipigilia nguzo hii zizini, wakati yeye YAHWEH huwanyeshea mvua walio haki (Yisrael na Kanisa) na wasio haki (asiye mpokea Adonai Yeshua) duniani. Hili ni tendo la kiungu juu ya viumbe wake, ili wapate chakula. Tunajua ni hivi sababu aliahidi kutoyang'oa magugu (wasio amini) shambani wakati wa palizi (kipindi cha injili), bali atayaacha yamee pamoja na mazao yake hadi msimu wa mavuno ufike (mwisho wa nyakati), ndipo atayakusanya na kuyachoma moto (gehena).

Tunapenda iwe bayana kuwa; kuishi kwa upendo na matoleo ya kusaidia, ni vitu viwili tofauti kabisa, wakati upendo ni kwa wana-adam wote, matoleo yafanyikapo shuruti ni kwa YAHWEH pekee. Tunaafiki kila toleo ni tendo la upendo, lakini pia elewa kila tendo la upendo siyo toleo (kwa Mungu). Wako ambao pasipo imani hufanya usaidizi katika misingi ya utu (humanistic). Matoleo ni mambo ya toraha kwa taratibu za kiagano kati ya walio amini na Mungu wao. Asiye amini kwa Mungu YAHWEH, hili la kiagano kamwe halimhusu.

Kama wewe usomaye hapa siyo Mkristo au Myisrael, usinyong'onyee nafsi yako, bali fungua ukurasa wa mwanzo wa kitabu chako hiki, na haya shime fanya Sala ya Ukombozi uwe mmoja wa wana wa Mungu YAHWEH. Tena zaidi-zaidi usichukie wala kususa kuhusu hili, kwani kitambo kidogo wewe mwenyewe ulishuhudia walio tenda miujiza kanisani akiwaambia siyo wake, na wala hawatambui, sasa ndiyo sembuse wewe jirani, ambaye hata bado kumkiri?

Kila mwana wa Mungu katika imani ya Kikristo jina la Mungu wake ni YHWH (YAHWEH) na siyo lolote lile jingine milele. Imani hii iko bayana, kama wewe haujamkiri Adonai Yeshua Kristo, wewe hauna damu yake ya adapsheni hata uwe mwana wa Mungu

YAHWEH. Hivyo kwa imani hii asiye wake ni wa adui yake ibilisi satani lucifer. Ziko pande mbili tu za kuchagua duniani, YAHWEH au ibilisi satani, au usipo chagua, bado umemchagua satani (by default) kwa kutomchagua Mungu YAHWEH.

Mpendwa usikubali ushawishi wa wana wa adui katika mavazi ya kondoo kwamba, eti hizi ni fikra zetu, na kamwe sivyo maandiko yasemavyo. Kwa ajili hiyo acha tuifuate toraha kwa kuleta mashahidi watatu mbele zako hapa, hao ndiyo watetezi wetu. Tafadhali wasikilize wao kwa makini sana wasemacho, na ufanye leo hapa hukumu kati yetu kuhusu hili: -

1. Matendo 4:12 ... *Wala haupo ukombozi kwa yeyote mwingine: kwani halipo jina jingine chini ya mbingu lilopewa kwao watu, ambalo kwalo hilo sisi lazima tukombolewe. ...*
2. Yokhana 10:14,16,26-27 ... *Mimi ni mchungaji mwema, na nina-wajua {kondoo} walio wangu, na nina-julikana na {kondoo} walio wangu. ... Na kondoo wengine Mimi ninao, ambao siyo wa zizi hili: wao pia lazima niwalete, na wao shuruti wata-isikia sauti yangu; na hapo shuruti lita-kuwepo kundi moja, [na] mchungaji mmoja. ... Lakini nyie hamu-amini, sababu nyie siyo kondoo zangu, kama Mimi nilivyo sema kwenu. Kondoo wangu huisikia sauti yangu, na Mimi nawajua wao, na wao hunifuata Mimi: ...*
3. Matityahu 25:33,41 ... *Na kwa hakika yeye atawaweka kondoo katika mkono wake wa kulia, lakini mbuzi kushoto. ... Ndipo yeye atasema pia kwa wale walio mkono wa kushoto, Ondokeni kwangu, nyie mlio laaniwa {pangiwa kifo}, mwende kwenye moto wa milele, uliandaliwa kwa ajili ya satani {lucifer} na malaika zake {waasi}: ...*

Endaikawa sasa uko tayari kuamini, sababu umetambua iko faida kuu kesho kwa kumchagua Adonai Yeshua Kristo leo. Lakini kama wewe mpendwa uko nasi mpaka hapa kitabuni humu, basi hakuna kinacho kuzuia sasa kufanya Sala ya Ukombozi, sababu nuru ya maisha ya milele na ya siku za Mbinguni leo hapa duniani, tayari imesha akisiwa kwako. Tafadhali sasa simama kusoma, na ufungue ukurasa wa kwanza wa kitabu hiki, na sali Sala ya Ukombozi. Tende kwanza hilo mpendwa, ndiyo tuendelee ...

Karibu sasa katika familia ya Mungu YAHWEH! - wewe ambaye umefanya Sala ya Ukombozi kwa mara ya kwanza maishani mwako. Tafadhali fanya ushuhuda wako kwalo hili kwetu pia ukituandikia – **Mungu YAHWEH apewe sifa katika wewe**: Amin Amin Amin.

Liko jambo hili ambalo tusingependa wewe mpendwa uwe mjinga kwalo. Kwamba, yako maeneo ambako matoleo ya upendo kwa lengo la kusaidia, hulenga kuonyesha uzuri wa imani yako, na uzuri wa YAHWEH wako, kwa hao wasio amini, ili nao wauone uzuri huu hata wampokee Adonai Yeshua Kristo. Huu ni upendo kwa jirani yako. Tunarudia, haya siyo matoleo kwa YAHWEH, haya ni matendo mema tokea utii wa amri ya upendo.

Hata kama wasisitiza hilo kuwa toleo, je hauku-pokea sifa na shukrani toka kwa watu hao? Kama hivi ndivyo, na thawabu zako umesha-pokea, sasa deni lako kwa Mungu YAHWEH latoka wapi? Hivi bado unavikumbuka vile vigezo vinne vipelekeavyo toleo kuwa deni kwake? Tuko makini sana katika kutofautisha toleo la utii, na toleo la kusaidia katika kumkopesha YAHWEH.

Kwa mchunguzi makini hii tofauti imejaa maandikoni, pale anapo tofautisha walio wake na wasio wake. Tazama asemacho yeye aliye ongea na YAHWEH uso kwa uso kuhusu utofautisho huu kwa Torati 15:7 ... *Kama ata-kuwepo kati yenu mtu maskini, mmojawapo wa kaka zako ndani ya malango yeyote {mji wowote} katika nchi yenu, ambayo Mungu YAHWEH amekupeni ninyi, wewe shuruti usiufanye mgumu moyo wako, wala kuufunga mkono wako toka kaka yako [aliye] maskini:* ...

Sasa jiulize usomapo nyaraka za mtume Paulos, hivi kwa nini alivuka na makasha ya zawadi za wajane wa Yisrael kote huko ambako kulikuwa kumejaa wajane? Hivi nabii mkuu Mosheh hakujua nchi ya Keenani wako fukara wengi pia? Sasa katika haya, pinga tuhuma zote dhidi yetu kwamba, aidha tunafunza injili mpya, au tumetoka nje ya upendo wa Mungu YAHWEH.

Tazama mpendwa, ni kwa uhitaji wako kanisa uzungumzaye Kiswahili kitabu chake hiki kilitumwa kwako, na tena kupitia kaka na dada zako mwenyewe. Na zaidi-zaidi ni mada hii ndani ya somo hili, kwani anatamani sana hata leo hii usomapo hapa, macho yako yafunguke, na uende ukatende hata iwe kama asemavyo kwa Torati 15:4 ... *Isipokuwa*[69] *pale mtakapo kuwa pasipo maskini {fukara} kati yenu; kwani YAHWEH lazima atawabarikini ninyi sana katika nchi ambayo Mungu wako YAHWEH ana-wapeni ninyi urithi kuimiliki hiyo: ...*

Hebu sasa tuangalie hesabu ya marejesho pale wewe ukisha mkopesha Mungu YAHWEH kwa toleo hili kusaidi dada na kaka zako: hesabu ya marejesho ni asilimia 100% leo hapa duniani, na thawabu katika hazina yako ya Mbinguni. ... *Toa, na shuruti itapewa kwako; kipimo kizuri, kilicho shindiliwa, na kusukwa-sukwa {tikiswa} pamoja, hata kumwagika, shuruti watu watakupa mpaka kifuani mwako. Kwani kwa kipimo kile-kile nyie mlicho pimia shuruti kitapimiwa kwenu tena.* ... [Luka 6:38].

Hii kauli ya Mungu Mwana inamaanisha: kile ulicho toa kwa kadri ya mfuko wako, yeye Baba Mungu atakipima kwa kadri ya mfuko wake. Hii siyo haki ya baraka tena, bali upendeleo wa baraka. Hivyo katika udogo au wingi, kila toleo huzidishwa sana! Kama wewe bado haujatamani kutenda hili, hakika wewe waichukia nafsi yako, na wala upendo binafsi wa dhati haumo ndani mwako.

Tungependa pia ujue kwamba, vile vigezo vinne, hakika ni makofuli 4 imara kuhakikisha, usije anza mchezo kati ya matajiri katika uchache wa uhitaji wao, kuanza kupeana na kufanya sala hii. Kila ufanyapo hivyo, kwa kumpa ajiwezaye, udeni wako kwa YAHWEH haupo. Hakika yake hili ni Torati 15:4, hili andiko laruhusu tajiri kudaiwa mpaka arudishe. Na pale utakapo tajirika kumbuka onyo maandikoni kuwa, kila anaye mdhulumu maskini kuongeza utajiri wake, huyo atafanywa mhitaji hapa-hapa duniani.

Mithali 22:16,22-23 ... *Yule ambaye ana-wadhulumu maskini kuongeza [utajiri] wake, [na] yule ambaye huwapa matajiri, hakika [watakuwa] wahitaji {fukara}. ... Usimwibie maskini, sababu yeye maskini: wala usimkandamize aliye dhurika malangoni {wajapo hukumuni*[70]*}: Kwani YAHWEH atafanyia utetezi kesi zao, na kuchukua nyara roho za hao walio wafanya wao nyara. ...*

Shuruti sasa wajua vema mahusiano ya umiliki wa Mungu kwa walio duni, maskini, na wasio jiweza. Hivyo wewe umpaye heri yeyote kati ya hao kaka na dada zake, hakika wewe waigusa roho ya upendo wa Mungu, hata iwe umemkopesha yeye usaidizi wako huo kwao. Hivyo kadri ya uguso wa pendo lako nafsini mwako hata ufanye usaidizi huo, ndivyo naye hufanya kwako kwa kadri ya uguso wa pendo lake kwa huo upendo wako. Je hii siyo biashara ya usaidizi kati ya tajiri-fukara-YAHWEH, kwani kila mtajwa hapo hufaidika?!

Hitimisho

Kama ungepata nafasi ya kukaa nasi na kutuuliza, tena ukiwa umesha maliza kusikia hekima na maarifa ya haya yote: Je ni yapi yako kati katika ufanikisho wa kanisa lizungumzalo Kiswahili liweze hitimu ngazi hizi zote? Au vipi somo zima la Mafundisho ya Utajiri lieleweke kati ya Wakristo? Sisi tungekujibu mambo haya 3 kuwa muhimu zaidi, na yakitangulia yote mengine kwa mbele kabisa kule: -

1. Matendo ya upendo kwa imani kupitia neema ya Kristo,
2. Kumtupia yeye yote yale unayo yajali maishani mwako,
3. Ng'angania kuingia na kubaki katika pumziko lake.

Hata sasa shuruti unajua jinsi hamu ilivyo tujaa ndani mwetu kufanya ufupisho wa mafunzo yake hayo yote 3 hapa tena. Hili tunajizuia, kwani kila kitu ni kwa mahali pake, na wakati wake. Hivyo tokea hayo jikumbushe nasi misingi hiyo tokea maandiko haya: -

1. Matityahu 6:33 ... *Lakini nyie utafuteni kwanza ufalme wa Mungu, na haki yake; na mambo yote haya {vitu vyote hivi} shuruti vitaongezwa {vitazidishwa} kwenu. ...*
2. I Petros 5:7 ... *Kusanya yote unayo jalishwa nayo {yanayo kutia mashaka na wasiwasi} juu yake; sababu yeye ana kujali wewe {ustawi wako}. ...*
3. Waebrania 4:1,10 ... *Hivyo basi acha sisi tuogope, isije kuwa, ahadi iliyo achwa ya [sisi] kuingia pumziko lake, yeyote kwenu akaja onekana kuwa mpungufu kwayo hiyo. ... Kwani yeye ambaye ameliingia pumziko lake, yeye pia amepumzika toka*

kazi zake, kama Elohim [alivyo-fanya] toka zake. ...

Zaburi 37:25 ... *Mimi nilikuwa kijana, na [sasa] mimi mzee; bado sijaona mwenye haki ametelekezwa, wala mtoto wake akihangaikia {akiomba} mkate. ...* Tafakari

---

[1] JINA MAMA YAKE ALILOMWITA, na yeye kuitika, alipo kuwa duniani.

[2] Hapa neno hili limetumika tofauti na kawaida liki-maanisha mahali panapo fanyiwa utafiti

[3] http://www.biblestudytools.com/dictionary/covenant/ ; https://en.wikipedia.org/wiki/Covenant_(biblical)

[4] Uwepo wa maagano

[5] eklego

[6] eklego

[7] eklego

[8] Heshima inayo ambatana na haya au aibu ya kutenda jambo lisilo zuri mbele ya watu wengine

[9] Hili hupelekea ukombozi kwa ubadilisho kupitia neema ya ufukara, maradhi, magonjwa na vyote vingine alivyo fia na kutesekea Yeshua kuwa kazi bure!

[10] Usawa upasao, ulinganifu

[11] hypselophroneo

[12] hypselophroneo

[13] Tulisha elezea humu kuhusu jinsi utatu unavyo ongea na hata wakati mwingine mmoja kuwa wote, au aliye anzisha sentensi siye anaye imalizia. Tunajua kimaandiko kauli hii ni ya Adonai Yeshua.

[14] Ngoma ya wanawake, inayochezwa juu ya mabao na kwa kutumia mbiu.

[15] Kama hautahesabu utahirio kuwa sharti

[16] Kwa sasa tukiwa mwishoni mwa uhariri wa kitabu hiki (Septemba 2021), tumesha aanza kuandika KUJIKABIDHI (devotional) kwa ajili yetu binafsi, ili kupokea uelewa wa vipi tuenende takribani katika kila kitu, siku zote tuwapo hapa duniani. Kwa mapenzi ya yeye atuongozaye, siku moja kazi hii nayo, itajazia uhitaji wa hili kwetu sote tuzungumzao Kiswahili. Haya ni maandiko pekee yaliyo chaguliwa

kuonyesha njia ya kuenenda katika kila kitu na jambo kwa kadri ya upendo kwa YHWH na jirani (na bado unafanikiwa).

[17] Bado yako mengi tusiyo jua hayo hufanyika vipi

[18] Ile ya kiapo (vow) zamani ilisema: wewe ukitenda hivi, mimi nitatenda hivi. Hii ya kupanda mbegu leo imegeuza hilo na kusema: mimi nafanya hivi, naomba nawe ufanye haya nikuombayo.

[19] Welfare – afya na furaha, kusaidia uhitaji,

[20] Haribu afya au uzuri, haribu, hasiri, lete maafa haswa kwa sababu ya kuivunja toraha

[21] Mlolongo wake hili ni Mbinguni, kisha Milenia ya Kristo, na hatimaye ndiyo Yerushalem Mpya milele.

[22] Neno la Mungu ni toraha, injili, na yote yaliyo kuja na yajayo kupitia maongozi ya Ruak Hakodeshi.

[23] Supplication, petition

[24] gnorizo

[25] gnorizo

[26] Soma maandishi ya kihistoria ya waanzilishi wa taifa hili kuelewa uzito wa hoja hii.

[27] Hivi ndivyo ilivyo, ilivyo kuwa, na itakavyo kuwa.

[28] ginomai

[29] ginomai

[30] Uko utani kati yetu tuzungumzao Kiswahili kwamba; wewe ukimwaga ugali, mimi ninamwaga mboga.

[31] Hali ya kupendezwa na kitu au mtu, kutokana na uzuri wake (beauty).

[32] Ubishani ni mkubwa sana ndani mwetu kwamba, usahihi wa hili andiko ni pale itakapo wezekana kuondoa maneno *maeneo ya mbinguni* na kutumia neno kimbinguni (heavenly)

[33] Mitzvot

[34] Commentary

[35] Tenda dhambi

[36] They eat them for breakfast

[37] https://www.timesofisrael.com/10-jews-in-forbes-top-50-billionaires/; https://www.ynetnews.com/articles/0,7340,L-4099803,00.html;

https://www.google.com/
search?q=billionaires+by+religion&sa=X&ved=0ahUKEwjugIqFlt7WAhVEC8AKHbPrDw
http://www.israelhayom.com/2012/04/05/by-the-numbers-forbes-israel-ranks-the-worlds-richest-jews/;

[38] Hatujui Shauli anapo kwenda na hili (labda matamanio yawezayo muangusha muumini); sababu tunajua Lucifer au Adam hawakuanguka kwa sababu ya aidha ulafi wa fedha au mapenzi ya fedha. Siyo tu toraha haikuorodhesha hii, bali, hata satani hakumjaribu Yeshua kwa fedha ili amwangushe.

[39] Huu ni mnyumbuliko usio rasmi wa neno kidu kwa lengo la kuli-dogosha zaidi (kiduchu). Maana ya neno kidu ni shimo dogo katika chombo mfano katika jahazi unapo chomekwa mlingoti, au shimo dogo la kuchezea gololi au kamari, au shimo katika mchezo wa bao.

[40] Maneno ya maonyo au mafunzo, hususani ya kidini kutoa mwongozo sahihi, au mausia, au mashauri.

[41] Hili sharti liko hai kwa kila benki inayo milikiwa na kanisa/ sinagogi au dhehebu – sababu kila mfanyacho shuruti kiwe huduma kwa waumini.

[42] Wakristo

[43] Aliye tengwa akiandaliwa kwa ajili ya jambo fulani maalumu lilo-kusudiwa na Mungu YAHWEH.

[44] Tendo la kupakwa mafuta (Kiebrania mishkah ulio mzizi wa neno Mashiah, Kigiriki ni khrio neno lilo msingi wa neno Kristo) kwa ajili ya utangazo rasmi wa madaraka katika cheo alicho kupangia katika mpango wake juu ya maisha yako (master plan) hapa duniani. Uko upako kwa kila wajibu hapa duniani, uko wa kufanya usafishaji toka choo mpaka ofisi ya raisi, uhudumu, ukuhani, uongozi, uaskari, ualimu n.k. Kuwa pale wito wake ulipo (master plan) ndiyo huamsha wakfu wako hata kutia kazini upako huo.

[45] Tunasema hivi sababu kaka Yisrael hutenda hivi kitoraha leo na umeona bado wakiongoza duniani kwa utajiri.

[46] Hili neno la Kigiriki 'de' limetajwa kutotafsirika moja kwa moja katika sentensi hizi kwenda katika Kiingereza, na tafsiri nyingi za biblia za Kiswahili zikarithi kikwazo hiki. Sisi tunaona hili neno ni sahihi kutajwa kuwa 'even' kama kielezi (adverb) kwa Kiingereza, katika Kiswahili sisi hulitafsiri kuwa 'hata' ambalo hutumika kusisitiza au kuonyesha hicho usemacho hakitarajiwi, au ni cha kushangaza (hivyo ndivyo ilivyo kuwa pale mtume Shauli alipo andika haya kwa mara ya kwanza). Sisi tume-rudisha kionjo hicho katika lugha yetu hii tamu ya Kiswahili.

[47] Nia ya Baba Mungu ni wewe kutii neno lake kwa injili (toraha iliyo andikwa moyoni) na toraha (iliyo andikwa kwenye biblia) maishani mwako (Yirmiyah 31:31-33).

[48] Neno hili kwetu lilionekana kukosewa matumizi na yeye hata ikabidi kuangalia kamusi, ndipo tukagundua humaanisha: mimbari ya sinagogini (kijukwaa kilicho inuka cha kuhubiria); pia utumika kutaja kifaa cha kusimamishia mshumaa; pia hutumika kamaanisha kiongozi, au mwenyekiti. Yote haya ni sahihi kupindukia katika mazingira neno hili alivyo litumia hapo.

[49] Tafsiri sahihi ya neno toba ni kugeuka toka uelekeo wa awali na satani, sasa ukigeuka kumfuata Adonai Yeshua Kristo. Toba siyo kusikitika, kusononeka na kujutia hali yako hiyo, bali ni kuiacha na kugeuka ukianza sasa kumfuata Mungu YAHWEH.

[50] Tembele ni aina ya mboga ya bei ya chini zaidi sokoni. Mara nyingi huoteshwa na watu katika maeneo ya nyumba zao mitaani, na majani yake kuonekana yakitambaa kama majani ya viazi vitamu.

[51] Hufika kiroho tokea kipimo cha dhamira kwa uwiano na uhalisia wa toleo huku akizingatia mazingira yote ya vigezo kuhusu aina na jinsi za kutoa.

[52] Asiye waa, hata astahili kuwa kafara kwa Mungu YAHWEH

[53] Moshi uendeo juu

[54] Madhabahu?

[55] Zaburi 79:12, Mithali 6:31,

[56] Kafara

[57] Matoleo

[58] Toleo la kuchomwa kwa moto

[59] Sadaka kwa ajili ya dhambi

[60] http://en.wikipedia.org/wiki/Septuagint

[61] Kitu au fedha au chakula atoacho muumini kwa muhitaji au sinagogini (jengo kwa ajili ya kanisa/ eklesia/ kusanyiko) kutii maagizo ya Mungu YAHWEH, hata apokee thawabu

[62] Mdudu mdogo mfano wa kipepeo, ambao huruka wakati wa usiku – pia hula nguo na kuziharibu

[63] Kiasi kati ya fungu na rundo (sheaf and not pile or a few)

[64] Uwezo wa kupata mahitaji muhimu maishani

[65] Toleo la zawadi hususani kama kafara au ushuru, zawadi, iliyo inuliwa toka zichomwazo kwa ajili ya makuhani. Hii ni tafsiri uliyo pewa awali kwenye jedwali juu na umakini wake ni stahilifu hata hapa.

[66] dough

[67] Mathayo 11:12

[68] Daftari rasmi na maalumu kwa ajili ya kumbukumbu za matoleo yako yote ya mbegu upandazo maishani na aina ya mavuno utarajiayo katika usubirifu wako wa imani pumzikoni mwa YAHWEH.

[69] Hili neno linasimamisha msamaha wa kaka yako maskini, kama mdai wako ni tajiri, na kwa kufanya hivyo hauta athiri upatikanaji wa mahitaji yake ya msingi kama chakula na mavazi

[70] Ni desturi ya kale kwa waamuzi kukaa kwenye malango ya mji ili kupokea kesi na kuzi-hukumu hapo. Kumbuka suala la Ruth na Boazi, au mtoto wa David alicho kuwa akifanya David alipo kuwa kitandani kwa uzee kabla ya Shelomoh kutangazwa mfalme.

Don't miss out!

Visit the website below and you can sign up to receive emails whenever Shannel S Silwimba publishes a new book. There's no charge and no obligation.

https://books2read.com/r/B-A-OGCW-UOFHC

Also by Shannel S Silwimba

Chuo cha Tatu

Mwana-Adam ni Nani Naye ni Nini Mungu Amkomboe

Standalone

Historia & Maisha ya Yeshua Kristo

Jinsi ya Kusali & Kuongea na Yahweh

Mafundisho ya Utajiri

Utatu Mtakatifu

Mafundisho ya Ndoa

Ufufuo & Uchukuo

Ujio wa Pili wa Yesu Kristo

Yisrael

Mafundisho ya Utajiri

About the Author

Amehitimu elimu ya chuo kikuu, na amehudumu kwa takribani miaka 25 ya kazi kusaidia wengine wafanikiwe akiwa katika nafasi ya mkuu wa idara. Katika kipindi hiki amehudumu kwenye makampuni matatu ya kimataifa. Hivyo anao uzoefu katika sekta ya kilimo biashara na usindikaji kwa miaka 7, wa kuzalisha vyakula na usambazaji kwa miaka 8, na uagizaji na uuzaji wa mafuta kwa takribani miaka 10. Kwa sasa ni mhudumu katika biashara ya kilimo cha matunda, na usambazaji huu wa vitabu.

www.ingramcontent.com/pod-product-compliance
Lightning Source LLC
LaVergne TN
LVHW010931051026
849532LV00003B/944
9798215870099